Joint the World
世界を結ぶ

Multilingual Automatic Translation App
多言語 自動翻訳アプリ

（Microsoft Office/Text File/Itscad File）

Microsoft Azure Translator 　　64言語　64 Languages
Googel Cloud Platform Translator　102言語　102 Languages

（共用翻訳キー付　With shared translation key）

Propagate knowledge and technology
知識と技術を伝える

Multilingual e-Learning App
多言語 e-Learningアプリ

学生向け学習アプリ　　　　　　Learning Apps for students
技能実習生向け学習アプリ　　　Learning Apps for technical interns
チュートリアル（家庭教師）タイプ　Tutorial type

ビデオガイダンス付　　　　　　With Video Guidance
グローバルユーザーマニュアル　Global User Manual

JN221771

The language barriers at global education,business and work site can be soluved.
グローバルな教育・ビジネス・作業現場で言語障壁を解決できる。

With using Languages of Native,English,Others and video guidance,Issues and Solutions can be instantly shared.
母国語・英語・他言語とビデオガイダンスを使って、課題と対策を瞬時に共有できる。

NPO : Learning Partner for Overseas Engineers (LPOE) / Japan

前書き

本書は、Microsoft Windows10 PCおよび Net と連動した自動翻訳タイプの e-マニュアル の解説書です。

自動翻訳言語数は Microsoft Azure Translator 64、Google Cloud Translator 102 です。

翻訳対象はOffice2010以降(Word/Exce/PowerPoint)、テキストおよびIts CAD ファイルです。翻訳後見直しが必須です。

本書と学習アプリは、設計用アプリ多言語版 Its CAD を PowerPoint のように使用して作成しています。

レイヤーの言語を切り替えて、3言語(母国語・英語 ・他言語)をPC画面上に表示できます。

学習内容は他言語でも作成できます。翻訳順は母国語 -> 英語 -> 他言語です。

多言語動画音声ガイダンスを作成すれば、これで自己学習をサポートできます。

この自動翻訳とe-Learningアプリで、多分野の学習を世界中で共有することが一層容易になるでしょう。

本書を通して、LPOEは多言語の自動翻訳と学習アプリの普及を目指しています。

Introduction

This is a guidance Text of automatic translation type e-manual linked with Microsoft Windows 10 PC and Net.

The number of automatic translation languages are Microsoft Azure Translator 64, Google Cloud Translator 102.

Translation targets are MS Office 2010 later (Word/Excel/PowerPoint), Text and Its CAD files. Review is required after.

This book and Learning Apps are made with multilingual ItsCAD for design as same as PowerPoint.

With changing language in the layer, 3 Languages (Native language, English and another) can be displayed on PC screen.

Learning content can be made in other language. Translation process is Native -> English -> Others.

IF make Multilingual video guidance, Self-learning can be supported with it.

With this Apps of Automatic Translation and e-Learning, it will be easier to share various field Learning Apps all over the world.

Throughout this book, LPOE aims to disseminate multilingual automatic translation and learning applications.

แนะ นำ

นี่คือคำแนะนำสำหรับ Text of e-manual เป็นการแปลแบบอัตโนมัติเชื่อมโยงกับ Microsoft Windows 10 PC และ Net

แปลอัตโนมัติด้วย Microsoft Azure Translator ได้ 64 ภาษา, Google Cloud Translator ได้ 102 ภาษา เป้าหมายการแปลคือโปรแกรม MS Office 2010 เป็นต้นไป (Word / Excel / PowerPoint), ข้อความและไฟล์ CAD ส่วนคำติชมจะ

ถูกสอบถามในภายหลัง

หนังสือเล่มนี้และAppsการเรียนรู้ถูกทำขึ้นมาด้วยภาษาที่หลากหลายถูกออกแบบโดยCAD ที่เป็นการออกแบบเช่นเดียวกับโปรแกรม PowerPoint

การเปลี่ยนภาษาสามารถเปลี่ยนได้ 3 ภาษา คือ ภาษาพื้นเมือง,ภาษาอังกฤษและภาษาอื่นๆ และสามารถแสดงบนหน้าจอ PC

เนื้อหาการเรียนรู้สามารถทำได้ในภาษาอื่นๆ ส่วนขั้นตอนการแปลเริ่มจากแปลภาษาพื้นเมือง -> ภาษาอังกฤษ ->ภาษาอื่น ๆ

หากจะทำวิดีโอและคำแนะนำหลายภาษานั้น ที่หัวข้อการเรียนรู้ด้วยตัวเองสามารถช่วยคุณได้

ด้วยแอปพลิเคชันการแปลอัตโนมัติและ e-Learning ฉบับนี้จะช่วยให้คุณแบ่งปันข้อมูลจากการเรียนด้วยแอปพลิเคชันการเรียนรู้

นี้ไปทั่วโลกได้ง่ายขึ้น

ในหนังสือเล่มนี้ LPOE มีวัตถุประสงค์เพื่อเผยแพร่การแปลอัตโนมัติหลายภาษาและการเรียนรู้โดยโปรแกรมนี้

Giới thiệu

Đây là hướng dẫn Dịch văn bản tự động dạng sách hướng dẫn trực tuyến đã liên kết với Microsoft Windows 10 PC và Net.

Ngôn ngữ dịch tự động là Microsoft Azure Translator 64, và Google Cloud Translator 102.

Việc dịch dược sử dụng cho MS Office 2010 sau (Word / Excel / PowerPoint), Text và các tệp CAD. Đánh giá sẽ được yêu cầu sau.

Sách và Ứng dụng học tập này được xây thiết kế dựa trên nền đa ngôn ngữ CAD, giống như PowerPoint.

Với việc thay đổi ngôn ngữ theo trình tự, 3 Ngôn ngữ (Ngôn ngữ bản địa, tiếng Anh, ngôn ngữ khác) đều có thể được hiển thị trên màn hình PC.

Nội dung học tập có thể được thực hiện bằng ngôn ngữ khác. Quá trình dịch là Bản gốc -> Tiếng Anh -> Ngôn ngữ khác.

NẾU thực hiện hướng dẫn bằng giọng nói và video đa ngôn ngữ, thì Self-learning có thể được hỗ trợ.

Với ứng dụng Dịch tự động (Automatic Translation) và e-Learning này, bạn sẽ dễ dàng hơn để chia sẻ nhiều Ứng dụng học tập khác nhau trên toàn thế giới.

Trong suốt cuốn sách này, LPOE nhắm đến việc phổ biến các ứng dụng đa ngôn ngữ cho dịch thuật và học tập tự động.

目次	Index	

Tổng quan về bản dịch tự động
第0章 自動翻訳の概要   Overview of automatical translation

Lpoe dịch tự động và e-learning App
LPOE 自動翻訳とe-Learningアプリの紹介図   LPOE Automatic Translation and e-Learning App

Trong 12 con số sau đây được sử dụng trong video giới thiệu của "dvd\0_video_guidance\jpn".
The following 12 Figures are used in the introduction video of "DVD\0_Video_Guidance\Jpn".
次の12図は　DVD¥0_Video_Guidance¥Jpn の　紹介ビデオで使用しているものです。

Lpoe dịch tự động và e-learning App tổng quan
Fig-01 LPOE 自動翻訳とe-Learningアプリの概要 LPOE Automatic Translation and e-Learning App Overview

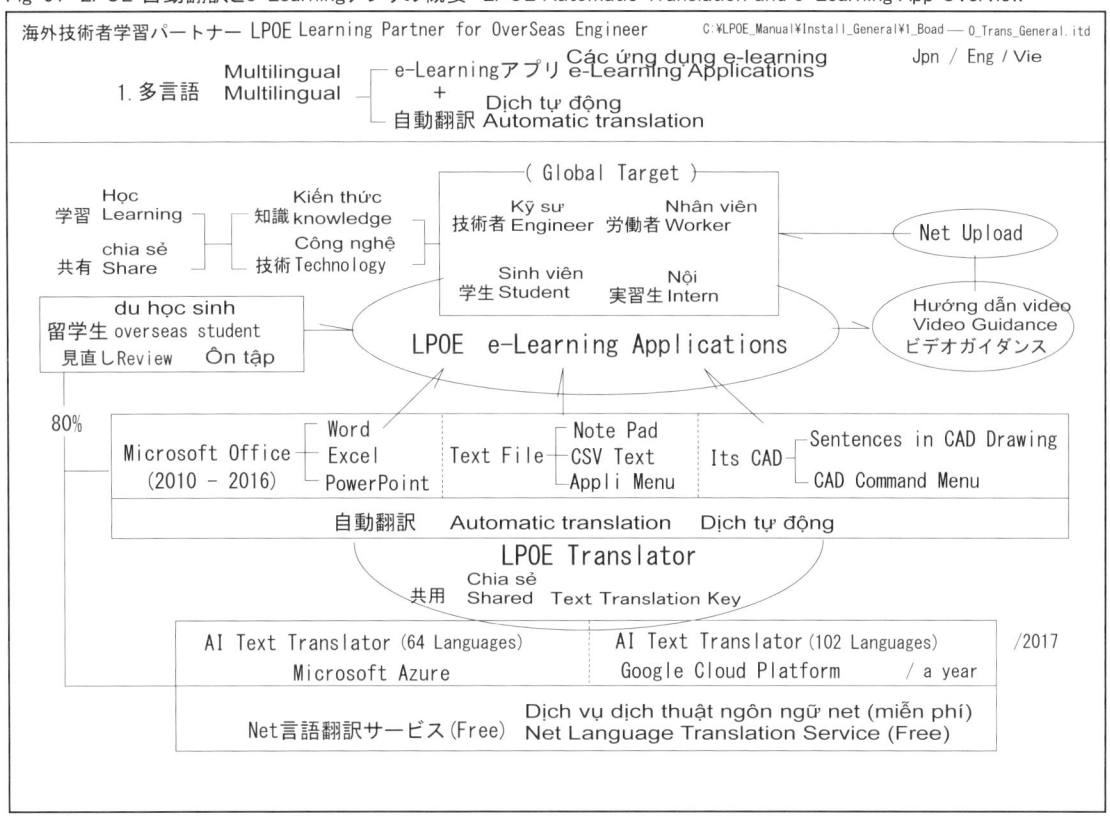

Cài đặt ứng dụng và các phím dịch
Fig-02 アプリのインストールと翻訳キー App installation and translation keys

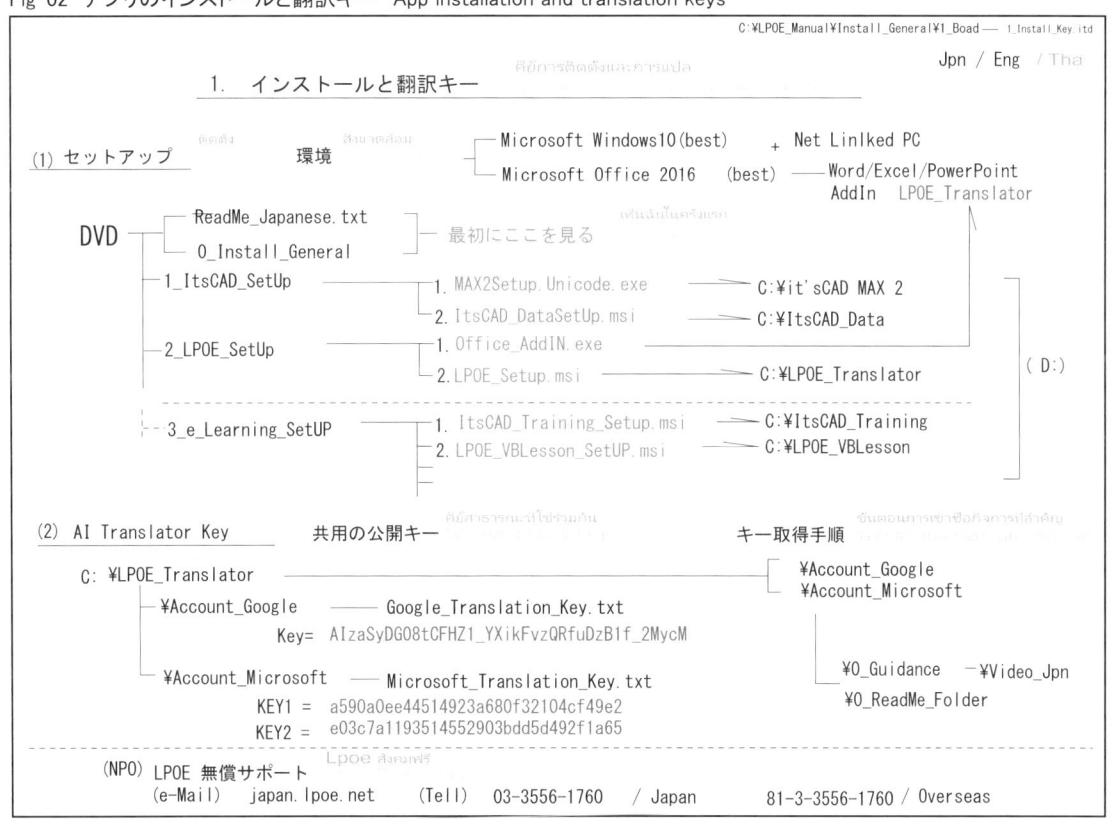

Cài đặt đa ngôn ngữ itscad
Fig-03　多言語 ItsCAD のセットアップ　Multi-lingual ItsCAD Setup

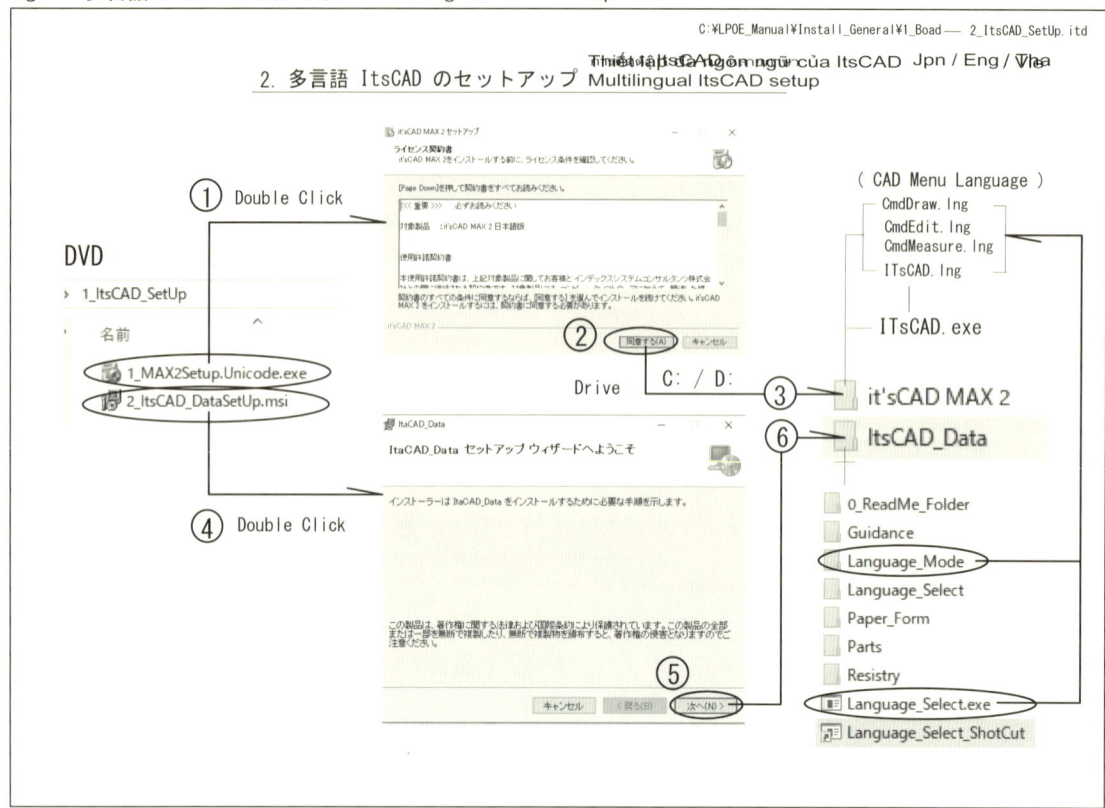

Thêm "Ipoe Translator" vào văn phòng
Fig-04　"LPOE Translator" を Office へアドイン　Add "Lpoe Translator" to Office

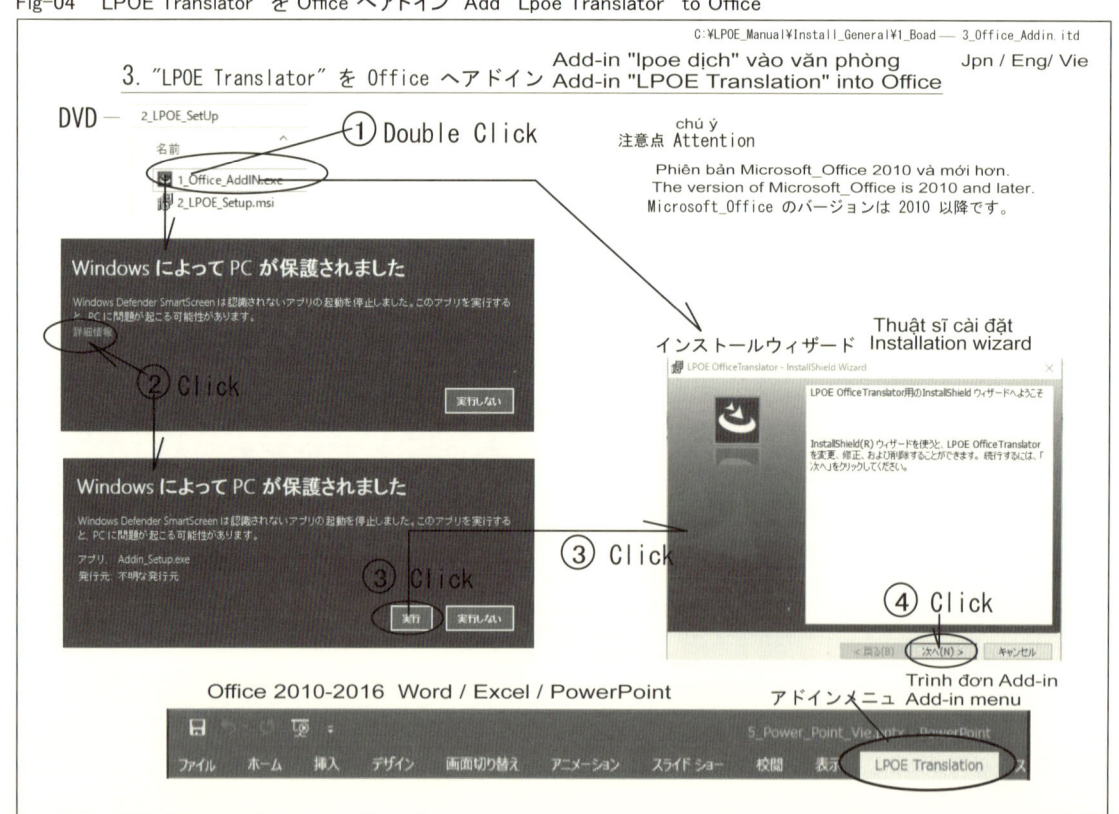

Văn phòng-Word dịch tự động
Fig-05　Office-Word の自動翻訳　Office-Word Automatic Translation

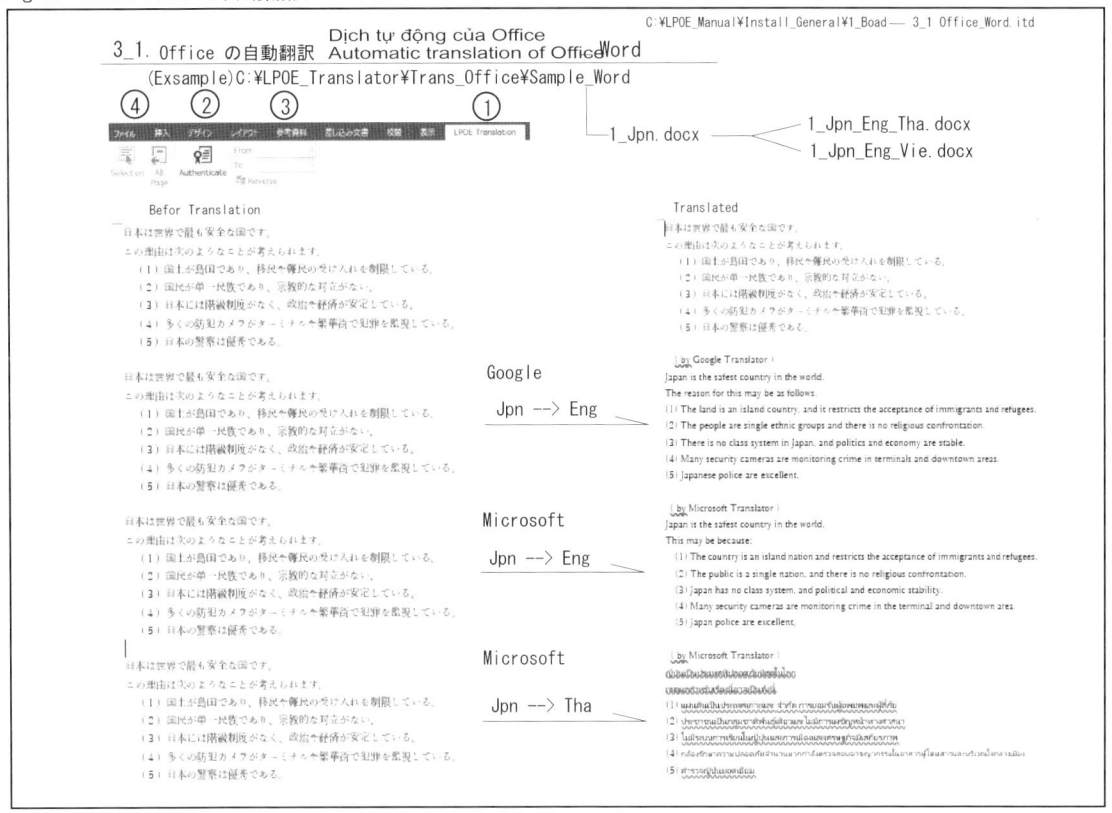

Office-Excel dịch tự động
Fig-06　Office-Excel の自動翻訳　Office-Excel Automatic Translation

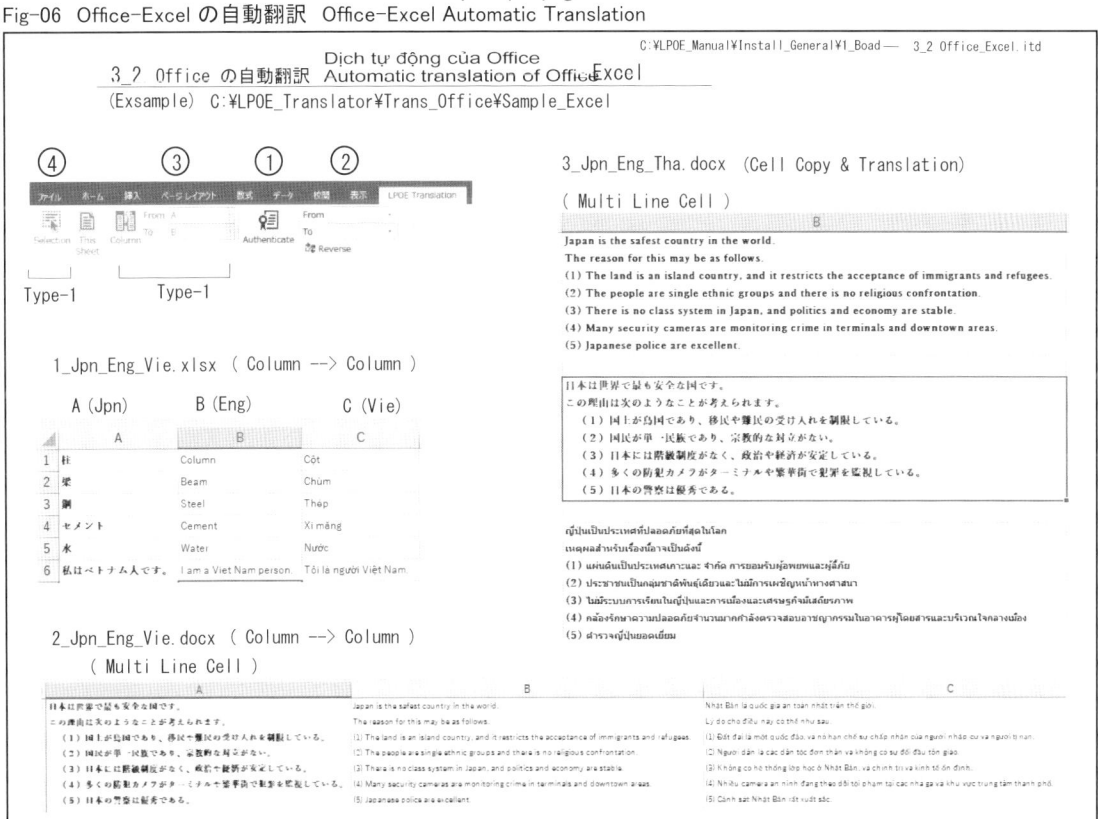

Office-PowerPoint dịch tự động
Fig-07 Office-PowerPoint の自動翻訳 Office-PowerPoint Automatic Translation

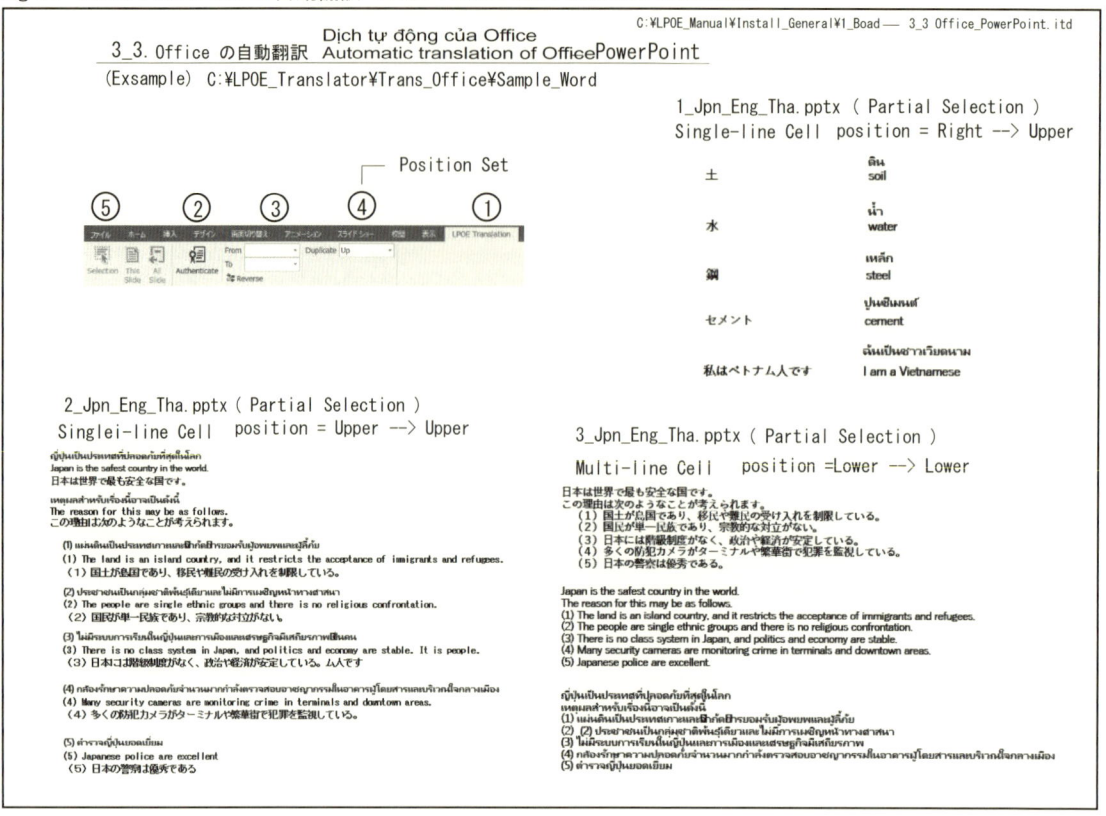

Lpoe dịch cài đặt
Fig-08 LPOE Translationのインストール LPOE Translation Installation

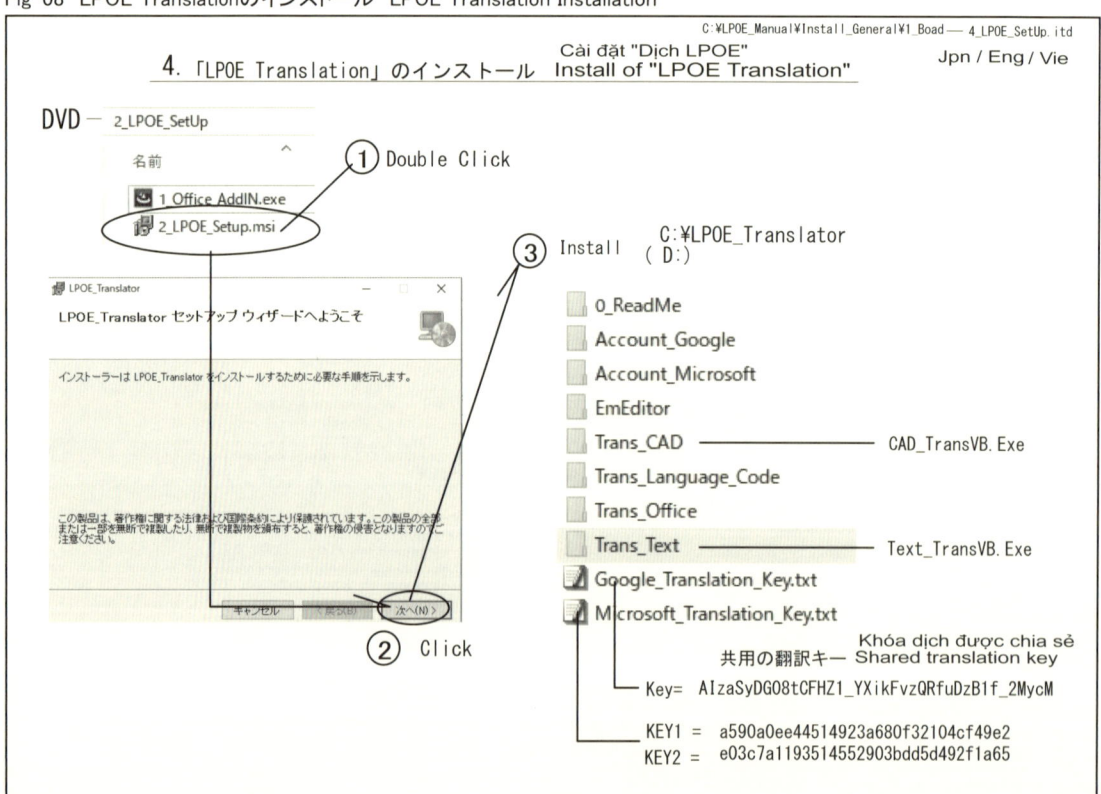

Dịch tự động của tập tin văn bản
Fig-09　Text File の自動翻訳　Automatic translation of Text File

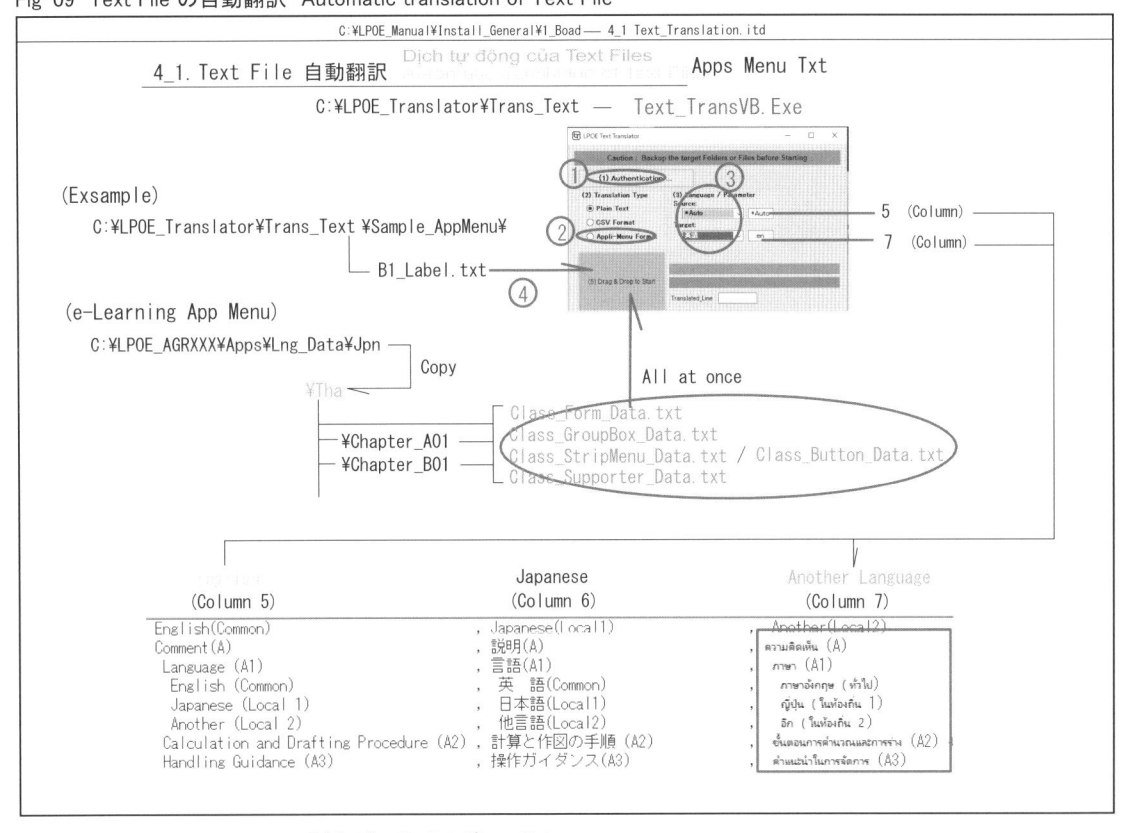

Dịch tự động của tập tin văn bản
Fig-10　CAD File の自動翻訳　CAD File Automatic Translation

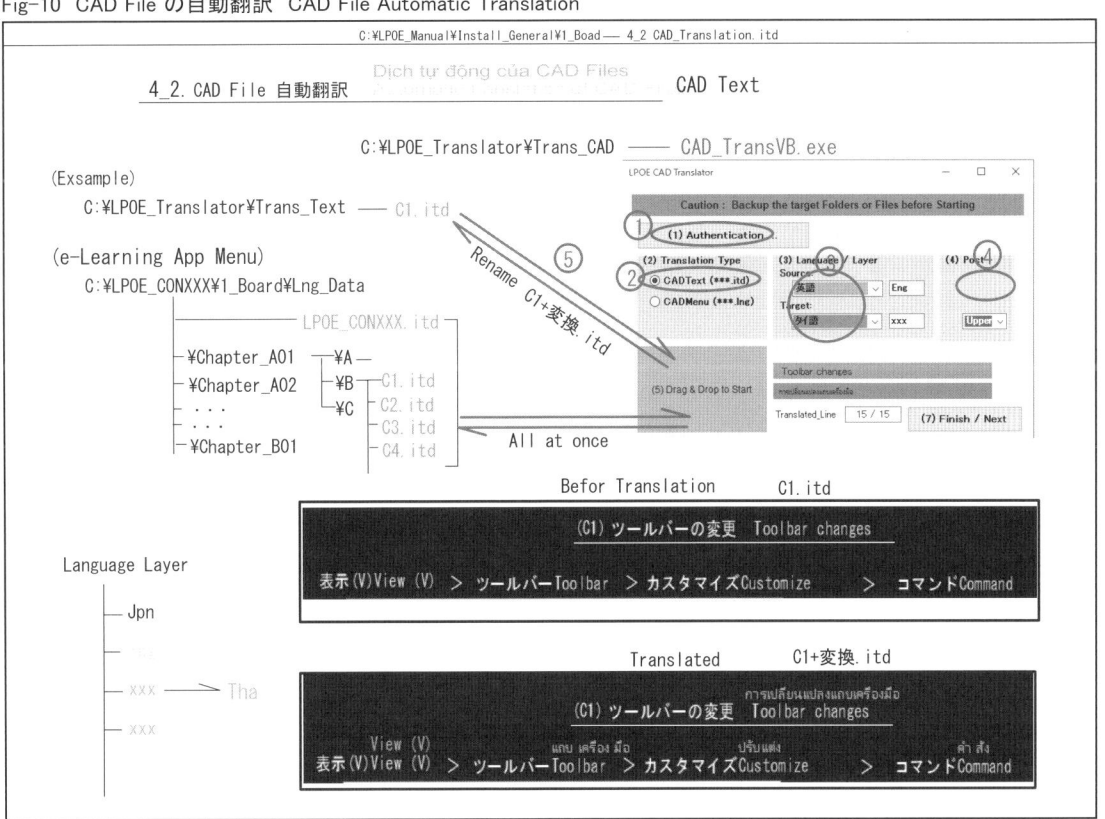

Văn bản CAD đa ngôn ngữ
Fig-11 CAD Text の多言語化 CAD Text Multi Lingual

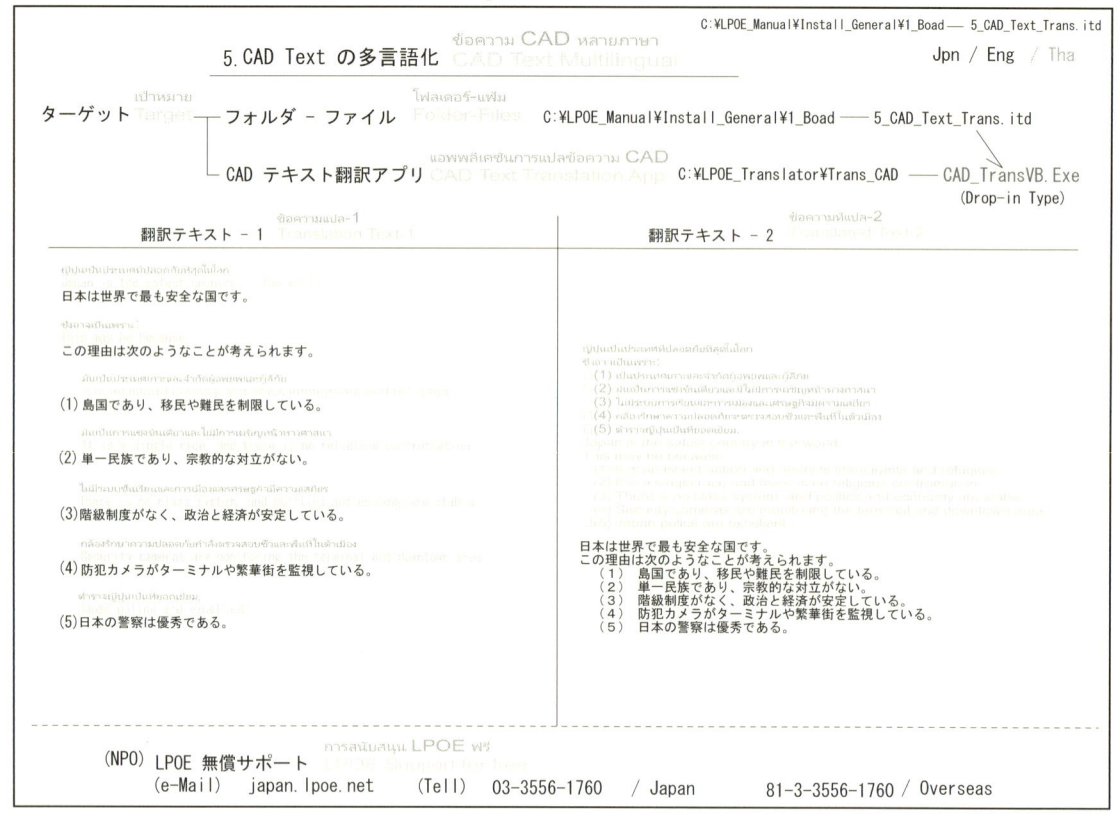

Tạo hướng dẫn video
Fig-12 Video ガイダンスの作成 Creating Video Guidance

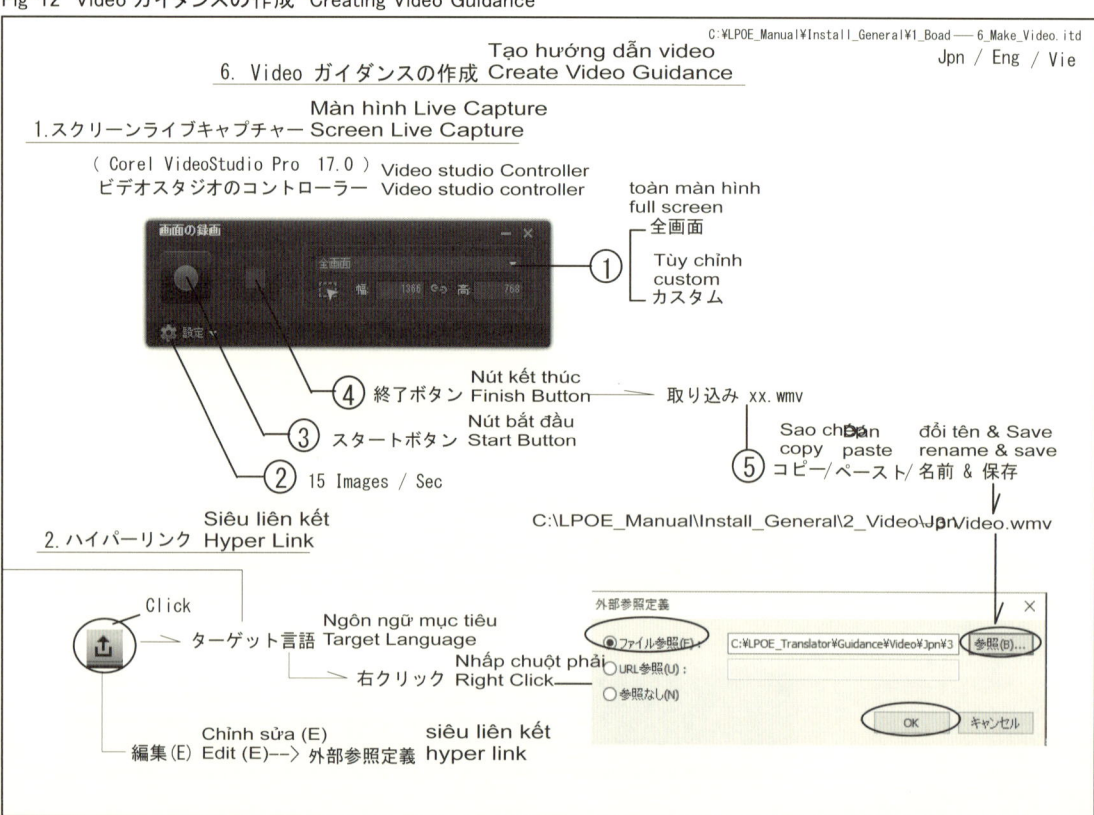

第1章　多言語自動翻訳

自動翻訳は、Microsoft AzureとGoogle Cloud PlatformのAI Text Translator を利用しています。

翻訳サービスを受けるためには、MicrosoftとGoogleの翻訳キーが必要です。

本書の公開翻訳キーは、月の定量(Microsoft)および使用期限(Google)があります。

翻訳速度は、通信回線の種類や回線の混雑状況に依存します。

ユーザーの皆さんは、自分の翻訳キーを取得してください。(参照：1.3 / 1.4 翻訳キーの取得)

(1) Office 2010 以降には、'LPOE Translation' をメニューバーに追加します。

　　　(Apps) ─ C:¥LPOE_Translator¥Trans_Office ─ AddIN.exe

(2) テキストと Its CAD ファイルには、ドロップイン 翻訳アプリがあります。

　　　(Apps) ┬ C:¥LPOE_Translator¥Trans_Text ─ Text_Trans.exe
　　　　　　 └ C:¥LPOE_Translator¥Trans_CAD ─ CAD_Trans.exe

(3) 英語のフォントは Arial に変更し、テキストファイルは Unicode で保存します。

(4) Its CAD の4つのメニューファイルを多言語翻訳すれば、Its CADは世界中で使えるように成ります。

Multilingual automatic translation

Automatic translation uses AI Text Translator of Microsoft Azure and Google Cloud Platform.

In order to receive the translation service, Microsoft and Google translation key are necessary.

There are monthly quantification (Microsoft) and expiration date (Google) for open translation key of this book.

Translation speed depends on type and congestion level of the line.

Uses should get own translation key. (reference : 1.3 / 1.4 Translation key acquisition)

(1) For Office 2010 later, 'LPOE Translation' adds to the menu bar.

　　　(Apps) ─ C:¥LPOE_Translator¥Trans_Office ─ AddIN.exe

(2) There are drop-in type Translation Apps for Text and Its CAD file.

　　　(Apps) ┬ C:¥LPOE_Translator¥Trans_Text ─ Text_Trans.exe
　　　　　　 └ C:¥LPOE_Translator¥Trans_CAD ─ CAD_Trans.exe

(3) Change the English font to Arial. Save the text file in Unicode.

(4) If Its CAD"4 files translated into multiple languages, Its CAD will be available worldwide.

Dịch tự động đa ngôn ngữ

Dịch tự động sử dụng ai văn bản dịch của Microsoft Azure và Google Cloud nền tảng.

Để nhận dịch vụ dịch thuật, Microsoft và Google Translation Key là cần thiết.

Có định lượng hàng tháng (Microsoft) và ngày hết hạn (Google) để mở khóa dịch thuật của cuốn sách này.

Tốc độ dịch thuật phụ thuộc vào loại và bận rộn của dòng.

Sử dụng nên có phím dịch thuật riêng. (tham khảo: 1,3 / 1.4 dịch Key Acquisition)

(1) Đối với văn phòng 2010 sau đó, ' lpoe dịch ' thêm vào thanh trình đơn.

   (Apps) — C:¥LPOE_Translator¥Trans_Office — AddIN.exe

(2) Có thả trong dịch thuật loại ứng dụng cho văn bản và tập tin CAD của nó.

   (Apps) ┬ C:¥LPOE_Translator¥Trans_Text — Text_Trans.exe
          └ C:¥LPOE_Translator¥Trans_CAD — CAD_Trans.exe

(3) Lưu tệp văn bản trong Unicode. Thay đổi phông chữ tiếng Anh để Arial.

(4) Nếu CAD của nó "4 tác phẩm dịch sang nhiều ngôn ngữ, CAD của nó sẽ có sẵn trên toàn thế giới.

แปลอัตโนมัติหลายภาษา

แปลอัตโนมัติใช้ AI แปลข้อความของแพลตฟอร์ม Microsoft Azure และ Google เมฆ

เพื่อที่จะได้รับบริการแปล, Microsoft และคีย์การแปลของ Google จำเป็นต้องใช้

มีรายเดือนเศรษฐ (Microsoft) และวันหมดอายุ (Google) สำหรับคีย์การแปลที่เปิดของหนังสือเล่มนี้

ใช้ควรจะได้รับคีย์การแปลของตัวเอง (การอ้างอิง: 1.3 / 1.4 การซื้อคีย์ข้อมูลสำคัญ)

ความเร็วในการแปลขึ้นอยู่กับชนิดและไม่ว่างของเส้น

(1) การแปลหลังจากที่ Office 2010 สามารถทำได้ด้วยเมนู Add-in 'LPOE Translation'

   (Apps) — C:\LPOE_Translator\Trans_Office — AddIN.exe

(2) "Text" และ "ItsCAD" Translation สามารถทำได้ด้วย App แปลภาษา 'drop-in'

   (Apps) ┬ C:\LPOE_Translator\Trans_Text — Text_Trans.exe
          └ C:\LPOE_Translator\Trans_CAD — CAD_Trans.exe

(3) บันทึกแฟ้มข้อความใน Unicode เปลี่ยนแบบอักษรภาษาอังกฤษเป็น Arial

(4) หาก cad "4 ไฟล์ที่แปลเป็นหลายภาษา, CAD ของมันจะมีอยู่ทั่วโลก.

1.1　ネット自動翻訳
Net dịch tự động
Net automatic translation

Trình dịch tự động thuần của LPOE có 3 loại.
LPOE's Net Automatic Translator has 3 types.

(1) LPOE の Net自動翻訳は3タイプあります。
- (Type-1) Office Ttanslator
- (Type-2) Text Ttanslator
- (Type-3) CAD Ttanslator

(Type-1) Microoffice2010-2016 Addin — Word / Excel / Powerpoint

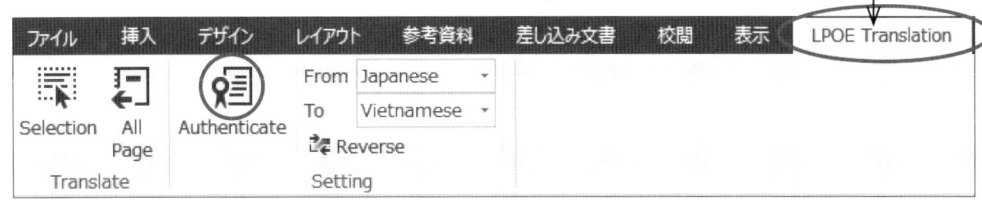

(Type-2) Text Translator — NotePad CSV Text Appli Menu

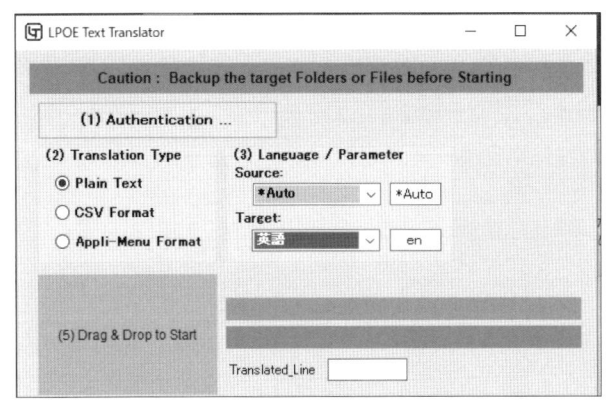

(Type-3) CAD Translator — CAD Text(***.itd) CAD Menu(***.lng)

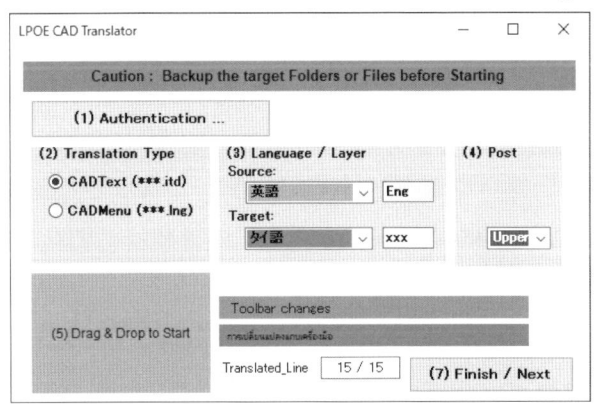

Các khóa dịch được chia sẻ được sử dụng để xác thực ("Xác thực") như sau.
Shared translation keys used for authentication ("Authentification") are as follows.

(2) 認証("Authentification")で使用する共用の翻訳キーは以下のとおりです。

Microsoft Text Translation Key = a590a0ee44514923a680f32104cf49e2

e03c7a1193514552903bdd5d492f1a65

Google Text Translation Key = AIzaSyDG08tCFHZ1_YXikFvzQRfuDzB1f_2MycM

Cài đặt các ứng dụng
1.2　アプリのインストール　　Installing the Apps

Xem hướng dẫn DVD đầu tiên.
（1）最初に DVD のガイダンスを見てください。　　Look at the DVD guidance first.

Đây là một hướng dẫn trực tiếp tại Nhật bản và tiếng Anh.
This is a live guidance in Japan and English.

```
DVD ─┬─ ReadMe_Jpn_Eng.txt
     └─ ¥0_Video_Guidance ──┬─ ¥Jpn ─┬─ 0_1 SetUP.wmv ── 日本語と英語のライブガイダンスです。
                            └─ ¥Eng ─┘
```

Các ứng dụng và dữ liệu được cài đặt từ đĩa DVD vào máy tính bằng MS Installer.
The Apps and Data are installed from DVD into PC with MS Installer.
（2）アプリとデータは MS InstallerでDVD から PC へインストールされます。

DVD ───────→		PC(Drive= C: or D: ..)	
Thư mục フォルダ　Folder	Cài đặt Ý インストーラ　Installer	kiế quả 結果　Result	Ý kiến コメント　Comments
1_ItsCAD_SetUp	1_MAX2Setup.Unicode.exe 2_ItsCAD_DataSetUp.msi	C:¥it'sCAD MAX2 C:¥ItsCAD_Data	CAD với đa ngôn ngữ Its CAD with Multilingual 多言語版 Its CAD
			CAD menu đa ngôn ngữ CAD menus of Multilingual 多言語の CAD メニュー
2_LPOE_SetUp	1_Office_AddIN.exe 2_LPOE_Setup.msi	Menu "LPOE Translation" (Word / Excel / PowerPoint) C:¥LPOE_Translator	Add-in Add-ins アドイン
			Dịch giả của Office 2010- Translator of Office 2010- Office 2010- の翻訳
			Dịch văn bản và CAD Translator of Text and CAD Text / CAD の翻訳
3_e_Learning_SetUP	1_ItsCAD_Training.msi 2_VB_Training.msi 3_LPOE_AGRXXX.msi 4_LPOE_CONXXX.msi 5_LPOE_MTHXXX.msi	C:¥ItsCAD_Training C:¥VB_Training C:¥LPOE_AGRXXX C:¥LPOE_CONXXX C:¥LPOE_MTHXXX	Ngôn ngữ học ứng dụng Language learning apps 多言語版 学習アプリ
			CAD của mình đào tạo Its CAD training Its CADトレーニング
			VB2017 đào tạo VB2017 training VB2017トレーニング
			Kỹ năng nông nghiệp Agricultural skills 農業技能
			Kỹ năng xây dựng Construction skills 建設技能
			Toán học cơ bản Basic mathematics 基礎数学
4_LPOE_Manual	―	―	Văn bản này hướng dẫn sử dụng Text of this Manual マニュアルのテキスト

Nhận các phím dịch của Microsoft
1.3　Microsoft 翻訳キーの取得　　Get Microsoft translation keys

LPOE cung cấp khóa dịch thuật được chia sẻ của Microsoft trong tệp dưới đây.
LPOE offers shared Microsoft translation key in the file below.
（1）LPOEは、下記のファイルで共用のMicrosoft翻訳キーを提供しています。

C:¥LPOE_Translator ＿ Microsoft_Translation_Key.txt

KEY1 = a590a0ee44514923a680f32104cf49e2

KEY2 = e03c7a1193514552903bdd5d492f1a65

Chìa khóa được chia sẻ bản dịch không thể được sử dụng khi vượt quá giới hạn hàng Nthóá ncóg.
The shared translation key cannot be used when over the monthly limit.
共用の翻訳キーは月の使用量をオーバーすると使用出来ません。

thể được sử dụng vào tháng tới.
It can be used next month.
翌月になると使用出来ます。

Nhận được các bản dịch chính cá nhân trong bốn bước đơn giản.
Gets the translation key individuals in four simple steps.
（2）個人の翻訳キーは次の4ステップで取得します。

Xin vui lòng xem hướng dẫn biểu.
Please see the guidance belowing.
下記のガイダンスを参照してください。

Bước ステップ Step	C:¥LPOE_Translator¥Account_Microsoft¥0_Guidance	
		¥Video_Jpn
Việc mua lại tài khoản MS MS account acquisition （1）MS アカウントの取得	1_MS_Account.itd	1_MS_Account.wmv
Việc mua lại tài khoản MS Azure MS Azure account acquisition （2）MS Azure アカウントの取得	2_Azure Acount.itd	2_Azure Acount.wmv
Nhận được văn bản dịch phím Get text translation keys （3）テキスト翻訳キーの取得	3_Translation_Key.itd	3_Translation_Key.wmv
Cập Nhật văn bản dịch chính Update Text translation key （4）テキスト翻訳キーの更新	4_UpDate_Key.itd	4_UpDateKey.wmv

Quy trình mua lại được Microsoft thay đổi đôi khi.
Acquisition procedures subject to change without notice by Microsoft.
取得手順は、時々Microsoftによって変更されることがあります。

Nhận các phím dịch của Google
1.4　Google翻訳キーの取得　　Get Google translation key

LPOE cung cấp khóa dịch thuật được chia sẻ của Google với các tệp sau.
LPOE offers shared Google translation key with the following files.
（1）LPOEは、下記のファイルで共用のGoogle翻訳キーを提供しています。

　　　C:¥LPOE_Translator ─ Google_Translation_Key.txt

　　　　　　　　　　　└ Key = AIzaSyDG08tCFHZ1_YXikFvzQRfuDzB1f_2MycM

Khóa dịch được chia sẻ có thể được sử dụng cho một số tiền nhất định cho đến tháSnagu 7 đ.2ó0, 1b9ạ.
Shared translation key can be used for a certain amount until 7.2019.
共用の翻訳キーは2019年7月まで一定量の使用ができます。

n cần tự lấy khóa riêng.
After that it is necessary to get private key yourself.
それ以降は個人キーの取得が必要です。

Khóa dịch Google cá nhân được nhận theo 3 bước sau.
Personal Google translation key is gotten in following 3 steps.
（2）個人のGoogle翻訳キーは次の3ステップで取得します。

Xin vui lòng xem hướng dẫn biểu.
Please see the guidance below.
下記のガイダンスを参照してください。

Bước ステップ　Step	C:¥LPOE_Translator¥Account_Google¥0_Guidance	
		¥Video_Jpn
Việc mua lại tài khoản MS Google account acquisition （1）Google アカウントの取得	1_Google_Account.itd	1_Google_Account.wmv
Lấy khóa dịch văn bản (1) Get text translation Key (1) （2）テキスト翻訳キーの取得（1）	2_GoogleKey_Step1.itd	2_GoogleKey_Step1.wmv
Lấy khóa dịch văn bản (2) Get text translation key (2) （3）テキスト翻訳キーの取得（2）	3_GoogleKey_Step2.itd	3_GoogleKey_Step2.wmv

Acquisition procedures subject to change without notice by Google.
取得手順は、時々Googleによって変更されることがあります。

Bản dịch của tập tin văn phòng
1.5　Office ファイルの翻訳　　Translation of Office files

LPOE dịch add-in trước.
LPOE Translation add-in in advanLcPe.
（1）事前に LPOE Translation をアドインします。

└── DVD:¥2_LPOE_SetUp ── 1_Office_AddIN.exe ──

LPOE Ttanslation Menu

├ Word

├ Excel

└ PowerPoint

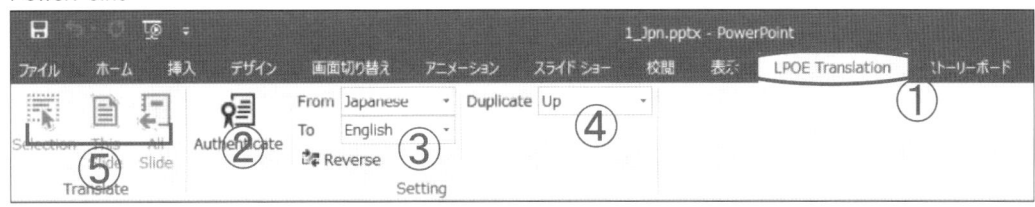

Dịch thử nghiệm tập tin là như sau.
Translate test file is as follows.
（2）翻訳テストファイルは下記のとおりです。

C:¥LPOE_Translator¥Trans_Office

├ ¥Sample_Word ──────── 1_Jpn.docx
├ ¥Sample_Excel ──────── 1_Jpn.xlsx
└ ¥Sample_PowerPoint ── 1_Jpn.pptx

Hướng dẫn là như sau.
The guidance is as follows.
（3）ガイダンスは下記のとおりです。

C:¥LPOE_Translator¥Trans_Office¥0_Guidance

└──── （¥Boad）（¥Video¥Jpn）

├ 1_1_Wordl_Trans　　　　　　　　.itd　　　.WMV
│ 1_2_Excel_Trans　　　　　　　　.itd　　　.WMV
└ 1_3_PowerPoint_Trans　　　　　.itd　　　.WMV

Bản dịch các tập tin văn bản
1.6　テキストファイルの翻訳　　Translation of text files

Khởi động "Text_TransVB. exe" cài đặt trước.
Boot "Text_TransVB.exe" installed before.
(1) 事前にインストールした "Text_TransVB.exe" を起動

①

↳ C:¥LPOE_Translator¥Trans_Text — Text_TransVB.exe

Hãy xác thực
Take authentication
(2) 認証を取る

C:¥LPOE_Translator

├ Microsoft_Translation_Key.txt

│　KEY1 = a590a0ee44514923a680f32104cf49e2

│　KEY2 = e03c7a1193514552903bdd5d492f1a65

└ Google_Translation_Key.txt

　Key = AIzaSyDG08tCFHZ1_YXikFvzQRfuDzB1f_2MycM

Chọn "API"
Select "API"
③ APIを選択

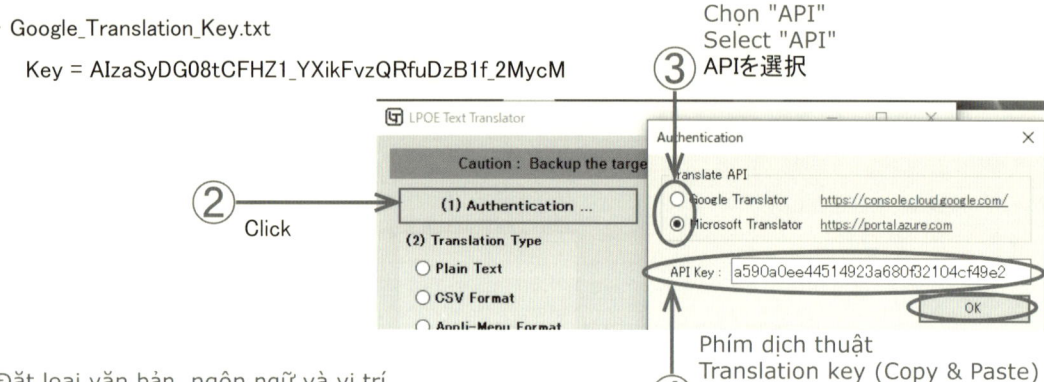

②　Click

Phím dịch thuật
Translation key (Copy & Paste)
④ 翻訳キー

Đặt loại văn bản, ngôn ngữ và vị trí
Set text type, language and position
(3) テキストの種類、言語及び位置を設定

Loại văn bản
Text Type
テキストタイプ ⑤ → Plain Text

Ngôn ngữ
Language
言語 ⑥

Kéo tệp văn bản
Dragging of a text file
(4) テキストファイルのドラッグ

Vị trí
Position
⑦ 場所

⑧ Drag & Drop ┬ ¥Sample_NotePad — NotePad3.txt

├ ¥Sample_CSVText — CSV1.txt (Colmn 2 > 3)

└ ¥Sample_AppMenu — Class_StripMenu_Data.txt (Colmn 5 > 7)

Hướng dẫn là như sau.
The guidance is as follows.
(5) ガイダンスは下記のとおりです。　C:¥LPOE_Translator¥1_Guidance — (¥Boad)　　(¥Video¥Jpn)

┬ 2_1 NotePad_Trans　　　 .itd　　　 .WMV

├ 2_2 _CSVText_Trans　　　 .itd　　　 .WMV

└ 2_3_AppMenu_Trans　　　 .itd　　　 .WMV

Dịch của các tập tin CAD của nót
1.7　Its CADファイルの翻訳　　Translation of Its CAD files

Khởi động "CAD_TransVB. exe" cài đặt trước.
Boot "CAD_TransVB.exe" installed before .

(1) 事前にインストールした "CAD_TransVB.exe" を起動

①
　　　　　↳ C:¥LPOE_Translator¥Trans_CAD ― CAD_TransVB.exe

Hãy xác thực
Take authentication

(2) 認証を取る

C:¥LPOE_Translator

　├ Microsoft_Translation_Key.txt

　　KEY1 = a590a0ee44514923a680f32104cf49e2

　　KEY2 = e03c7a1193514552903bdd5d492f1a65

　└ Google_Translation_Key.txt

　　Key = AIzaSyDG08tCFHZ1_YXikFvzQRfuDzB1f_2MycM

Chọn "API"
Select "API"
③ APIを選択

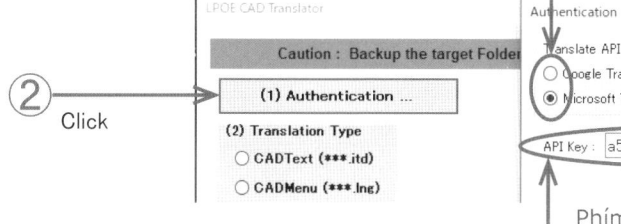

② Click

Phím dịch thuật
Translation key (Copy & Paste)
④ 翻訳キー

Đặt loại văn bản, ngôn ngữ và vị trí
Set text type, language and position

(3) テキストの種類、言語及び位置を設定

Loại văn bản
Text Type
テキストタイプ ⑤

Ngôn ngữ
Language
言語 ⑥

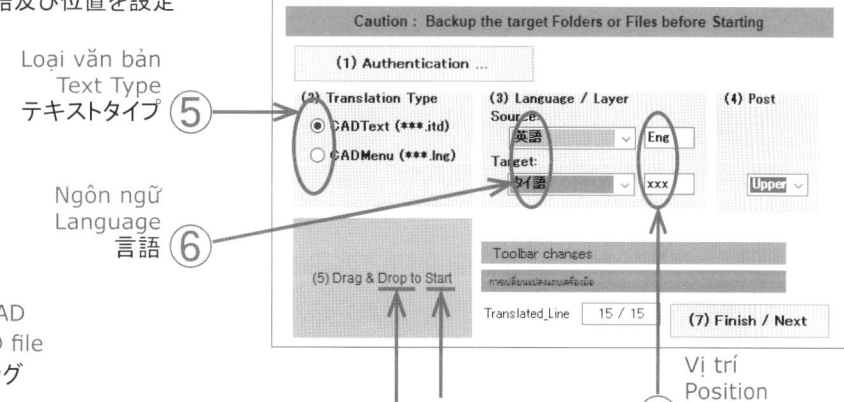

Kéo một tập tin CAD
Dragging of a CAD file

(4) CADファイルのドラッグ

Vị trí
Position
⑦ 場所

⑧ Drag & Drop ─┬ ¥Sample_CADText ― C1.itd　C2.itd　C3.itd
　　　　　　　　　└ ¥Sample_CADMenu ― CmdMeasure.lng　　CmdEdit.lng
　　　　　　　　　　(4 Files)　　　　CmdDraw.lng　　ITsCAD.lng

Hướng dẫn là như sau.
The guidance is as follows.

(5) ガイダンスは下記のとおりです。　　C:¥LPOE_Translator¥1_Guidance ＿ (¥Boad)　　(¥Video¥Jpn)

　　　　　　　　　　　　　　　　　┬ 3_1 CADText_Trans　　　　.itd　　　　.WMV
　　　　　　　　　　　　　　　　　└ 3_2 CADMenu_Trans　　　　.itd　　　　.WMV

Ứng dụng học tập với đa ngôn ngữ
第2章　多言語版学習アプリ　Learning Apps with Multilingual

Ứng dụng e-Learning đa ngôn ngữ có thể được tạo bằng cách sử dụng ứng dụng dịch tự động đa ngôn ngữ.
Multilingual e-Learning App can be createed by using multilingual automatic translation App.
多言語自動翻訳アプリを使って、多言語学習アプリを作成できます。

Các ứng dụng học tập bao gồm 4 phần như belowwing.
The learning Apps consists of 4 parts as beloww.
1. この学習アプリは以下の4つの部分から構成されます。

(1) 章 Chapter 20
ボタン　　Button　　Nút

— StartPrg.exe

Có 2 chương trình thực thi.
There are 2 execution programs.
実行プログラムは2つです。

Các công cụ sáng tạo là "VB2017" và "ItsCAD Max2".
The creation tools are "VB2017" and "ItsCAD Max2".
作成ツールは" VB2017" と "ItsCAD Max2" です。

(2) 節 Sections 7
メニューバー　　Menu bar　　Thanh trình đơn

(3) 項 Sections 7
プルダウンメニュー　Pull-down menu　Trình đơn thả xuống

LessonPrg.exe

- File
- Folder
- Mô phỏng
  Simulation
- シミュレーション

Open

(4) 内容 Contents　　(max) 980 Page
Its CAD File　　Word / Excel /PowerPoint/Text File
＋ 公開データ　　Open Data　　Mở dữ liệu

Siêu liên kết
Hyperlink
ハイパーリンク

Video hướng dẫn
Video guidance
ビデオガイダンス

- Figure
- Picture
- Table

- Net Data
- Net Movie

Dán
Paste
貼り付け

Các ứng dụng học tập theo kiểuCAD của nó trong đa ngôn ngữ có những thành tích sau đây.
ItsCAD type learning Apps in multilingual has following merits.
2. ItsCAD タイプ多言語版 学習アプリには以下のメリットがあります。

Nó rất dễ dàng để thay đổi và sửa đổi, bởi vì có những câu và dữ liệu trong các lớp độc lập.
It is easy to change and modify, becouse there are sentences and data in independent layers.
(1) 個別レイヤーに文章とデータがあるので、修正や表示変更が簡単にできる。

Văn bản của lớp ngôn ngữ có thể được dịch tự động sang nhiều ngôn ngữ bằng "CAD_TransVB. Exe". (Yêu cầu đánh giá)
The text of language layer can be translated automatically into multi languages by "CAD_TransVB. Exe". (Review required)
(2) 言語レイヤーのテキストを "CAD_TransVB.Exe" で多言語に自動翻訳できる。(見直しが必要)

Sau khi tạo hướng dẫn bằng video, nó có thể được siêu liên kết đến "Hướng dẫn - Jpn /. /.".
After creating the video guidance, It can be hyperlinked to "Guidance - Jpn /. /.".
(3) 動画ガイダンスを作成して、"Guidance-Jpn/./." に ハイパーリンクできる。

Sử dụng các chức năng này, DTP (Xuất bản trên bàn) có thể được thực hiện bằng nhiều thứ tiếng.
Using these functions, DTP (Desk Top Publishing) in Multi language can be done.
(4) これらの機能を使い、多言語によるDTP(Desk Top Publishing) ができる。

Với phân phối video Net, "Hướng dẫn học tập điện tử" có thể được chia sẻ trên thế giới.
With Net video distribution, "e-Learning Guidance" can be shared in the world.
(5) Net動画配信で、"e-Learning Guidance" を世界中で共有できる。

2.1　章の構成　Cấu hình của chương　Configuration of Chapter

Định nghĩa chương với chỉ mục cặp ngôn ngữ của đối tượng.
Define the chapter with Subject's Language folder index.

（1）科目の言語フォルダーのインデックスで章を定義します。

C:¥LPOE_AGRXXX¥APPS¥Lng_Data¥Jpn ― Class_Button_Data.txt

Column5	Column6	Column7
English(common)	, Japanese(Local1)	, Another(Local2)
(A01) Conversation of Agriculture	, (A01) 農業の会話	, (A01) Conversation of A
(A02) Season & Weather	, (A02) 季節・天候	, (A02) Season & Weather
(A03) Land & Soil & Fertilizer	, (A03) 土地・土壌・肥料	, (A03) Land & Soil & Fert
(A04) Material & Equipment & Facility	, (A04) 資材・器材・設備	, (A04) Material & Equipme
(A05) Kinds of Crops	, (A05) 農作物の種類	, (A05) Kinds of Crops
(A06) Agricultural crop pests and measures	, (A06) 農作物の病害虫と対策	, (A06) Agricultural crop
(A07) Plan and Management of Farm work	, (A07) 農作業のプランと管理	, (A07) Plan and Manageme
(A08) Skill up of Interns	, (A08) 実習生のスキルアップ	, (A08) Skill up of Intern
(A09) Agricultural management	, (A09) 農業経営	, (A09) Agricultural mana
(A10) Record and Using of Data	, (A10) データの記録と使用	, (A10) Record and Using
(B01) Farm work of Rice plant	, (B01) 水稲の農作業	, (B01) Farm work of Rice
(B02) Farm work of Sweet potat	, (B02) 甘藷の農作業	, (B02) Farm work of Swee
(B03) Farm work of Tea plant	, (B03) お茶の農作業	, (B03) Farm work of Tea
(B04) Farm work of Leafy vegetables plant	, (B04) 葉野菜の農作業	, (B04) Farm work of Leafy
(B05) Farm work of Root vegetables plant	, (B05) 根野菜の農作業	, (B05) Farm work of Root
(B06) Farm work of Fruit vegetables plant	, (B06) 実野菜の農作業	, (B06) Farm work of Frui
(B07) Farm work of Fruits plant	, (B07) 果物の農作業	, (B07) Farm work of Frui
(B08) Farm work of Gardening plant	, (B08) 園芸の農作業	, (B08) Farm work of Garde
(B09) Farm work of Citrus plant	, (B09) 柑橘の農作業	, (B09) Farm work of Citru
(B10) Processing of Crops	, (B10) 農産物の加工	, (B10) Processing of Cro

事前に自動翻訳　Dịch tự động trước　Automatic translation in advance

C:¥LPOE_Translator¥Trans_Text ― Text_Trans.Exe

Hiển thị các chương với tập tin thực thi của ứng dụng "startprg. exe".
Display the chapter with App's executable file "Startprg.exe".

（2）アプリの実行ファイル "StartPrg.exe" で章を表示します。

C:¥LPOE_AGRXXX¥Apps ― Text_Trans.Exe

言語選択　Chọn ngôn ngữ　Choose a Language　　　　　章の選択　Chọn một chương　Select a Chapter

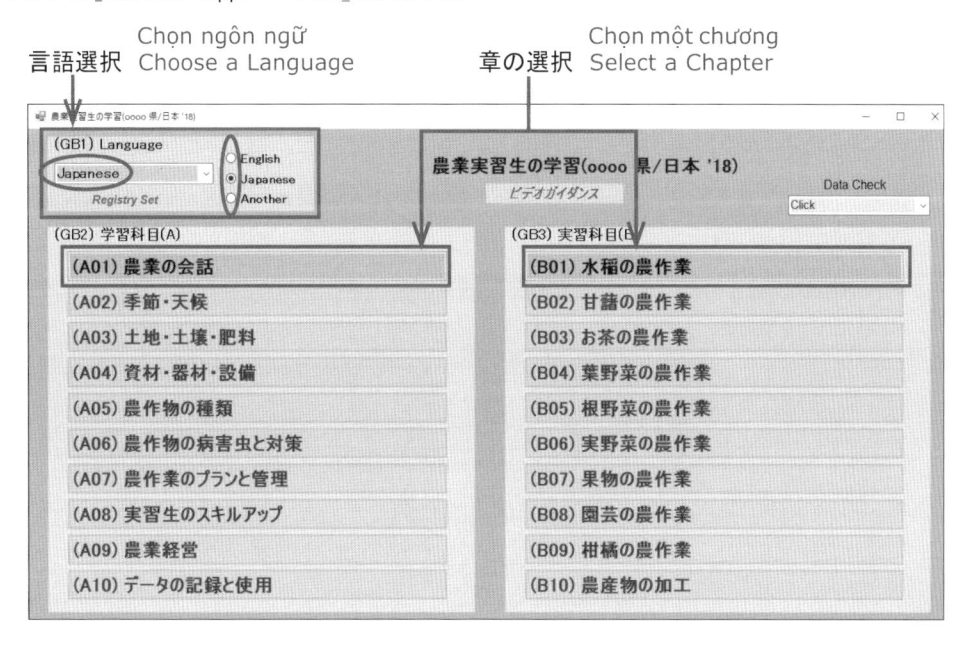

2.2 節の構成
Cẩu hình của phần
Configuration of Section

Xác định phần với "chỉ mục" trong một chương.
Define the Section with "Index" in a chapter.
（1）章の "Index" で節を定義します。

C:¥LPOE_AGRXXX¥APPS¥Lng_Data¥Jpn¥Chapter_A01 ― Class_StripMenu_Data.txt

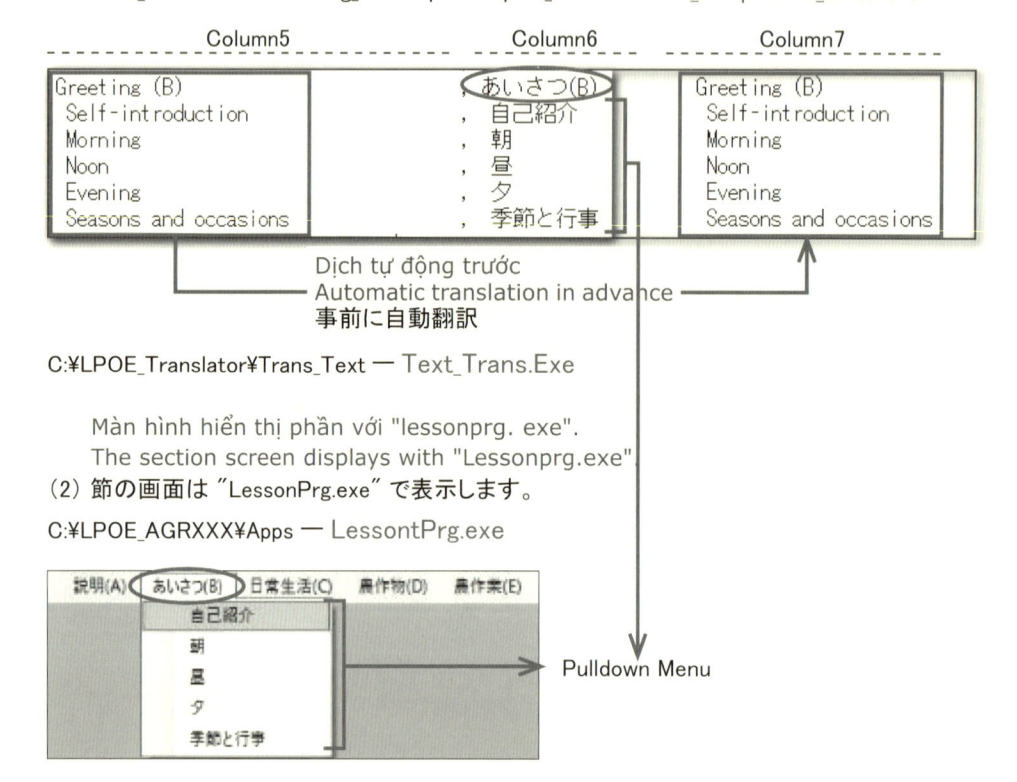

Dịch tự động trước
Automatic translation in advance
事前に自動翻訳

C:¥LPOE_Translator¥Trans_Text ― Text_Trans.Exe

Màn hình hiển thị phần với "lessonprg. exe".
The section screen displays with "Lessonprg.exe".
（2）節の画面は "LessonPrg.exe" で表示します。

C:¥LPOE_AGRXXX¥Apps ― LessontPrg.exe

Pulldown Menu

Cấu hình của mục và nội dung
2.3　項と内容の構成　Configuration of Item and Content

Chọn thuật ngữ để hiển thị nội dung.
Select the term to display the contents.

（1）項を選択し内容を表示します。

C:¥LPOE_AGRXXX¥1-Bcard¥Chapter_A01¥B ― B1.itd

Mở　　　　　　Click
Open ―――――――→
開く

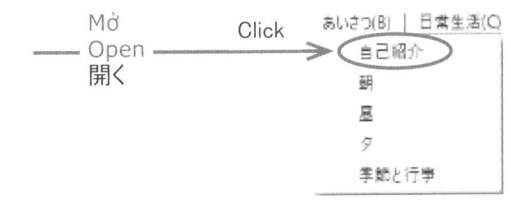

Siêu liên kết "video hướng dẫn"
Hyperlink "Video Guidance"
"Video Guidance" をハイパーリンク

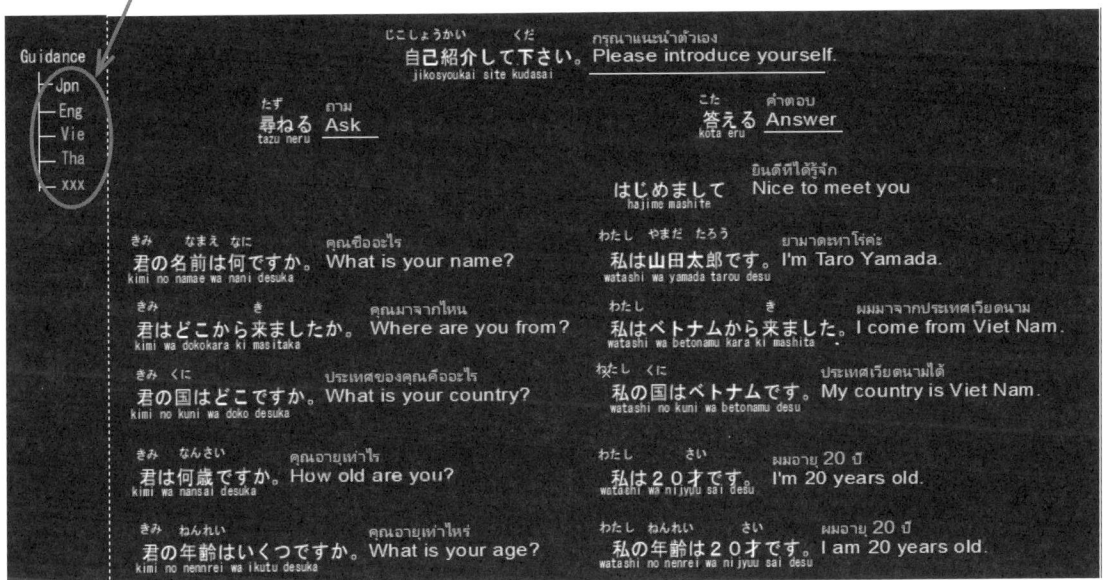

Nếu bạn chọn ngôn ngữ "Ngôn ngữ", hướng dẫn video sẽ bắt đầu.
If you select "Language" language, video guidance will start.
（2）"Language"の言語を選択すればビデオガイダンスがスタートします。

Nguyên mẫu e-Learning Ứng dụng của LPOE

2.4　LPOE の e-Learning プロトタイプアプリ　　e-Learning prototype App of LPOE

Lpoe cung cấp một mẫu thử nghiệm của các ứng dụng e-learning đa ngôn ngữ
LPOE provides a prototype of next multilingual e-Learning App.

1. LPOE は次の多言語 e-Learning アプリのプロトタイプを提供します。

Loại ứng dụng Kinds of Apps アプリの種類	Nội dung Contents 内容
Itscad đào tạo ITSCAD Training ItsCAD トレーニング	Học tập của sơ cấp, Trung cấp lệnh và soạn thảo các ví dụ Learning of Elementary, intermediate commands and drafting examples 初級、中級のコマンドおよび製図例題の学習
Học sinh toán Review Student Math Review 学生向け数学復習	Học kiến thức toán học và kỹ năng tính toán cần thiết cho sinh viên Learning of math knowledge and computational skills required to students 学生が必要とする数学能力の知識と計算の学習
VB2017 chương trình học tập VB2017 Program Learning VB2017プログラム学習	Học tập của GUI (giao diện người dùng đồ họa), tính toán và mô phỏng Learning of GUI (Graphic User Interface), Computation and simulation GUI(Graphic User Interface)、計算およびシミュレーションの学習
Đào tạo kỹ năng nông nghiệp Training of Agricultural skills 農業技能実習	Học tập hội thoại, chuyên môn và lĩnh vực làm việc cho ngành kỹ năng nông nghiệp Learning of conversation, expertise and field work for agricultural skill trainees 農業技能実習生のための会話、専門知識および現場作業の学習
Đào tạo kỹ năng xây dựng Training of Construction Skills 建設技能実習	Học tập của hội thoại, chuyên môn và làm việc cho lĩnh vực xây dựng kỹ năng intems Learning of conversation, expertise and field work for construction skill interns 建設技能実習生のための会話、専門知識および現場作業の学習
(các kế hoạch) (plans) （予定） Đào tạo kỹ năng điều dưỡng Training of Nursing Skills 介護技能実習	Học tập, chuyên môn và lĩnh vực làm việc cho viên điều dưỡng Learning of conversation, expertise and field work for nursing trainee 介護技能実習生のための会話、専門知識および現場作業の学習

Sự hợp tác với personel chuyên nghiệp hoặc có kinh nghiệm có thể cần thiết để thêm và cải thiện nội dung.

Collaboration with professional or experienced personel may be necessary to add and improve the content.

2. 内容の追加と改善には専門の技術者や経験者の協力が必要です。

Hợp tác với sinh viên và thực tập sinh ở nước ngoài được yêu cầu phải xem xét văn bản dịch tự động.
Collaboration with overseas students and interns is required to review automatic translated text.

3. テキスト自動翻訳の見直しには留学生や実習生の協力が必要です。

Itscad đào tạo A

第3章　ItsCAD トレーニング アプリ　App of ItsCAD Training

Khởi động ứng dụng và tổng hợp
Booting App and General

3.0　アプリの起動と全般

Trong khóa đào tạo này, hoạt động CAD có thể được học từng bước một.
In this training, CAD operation can be learned step by step.
このトレーニングではCAD操作法を段階的に学習できます。

Khởi động ứng dụng
Boot to application

(1) アプリの起動 ― C:¥ItsCAD_Training¥Apps ― StartPrg.exe ←―――― Click

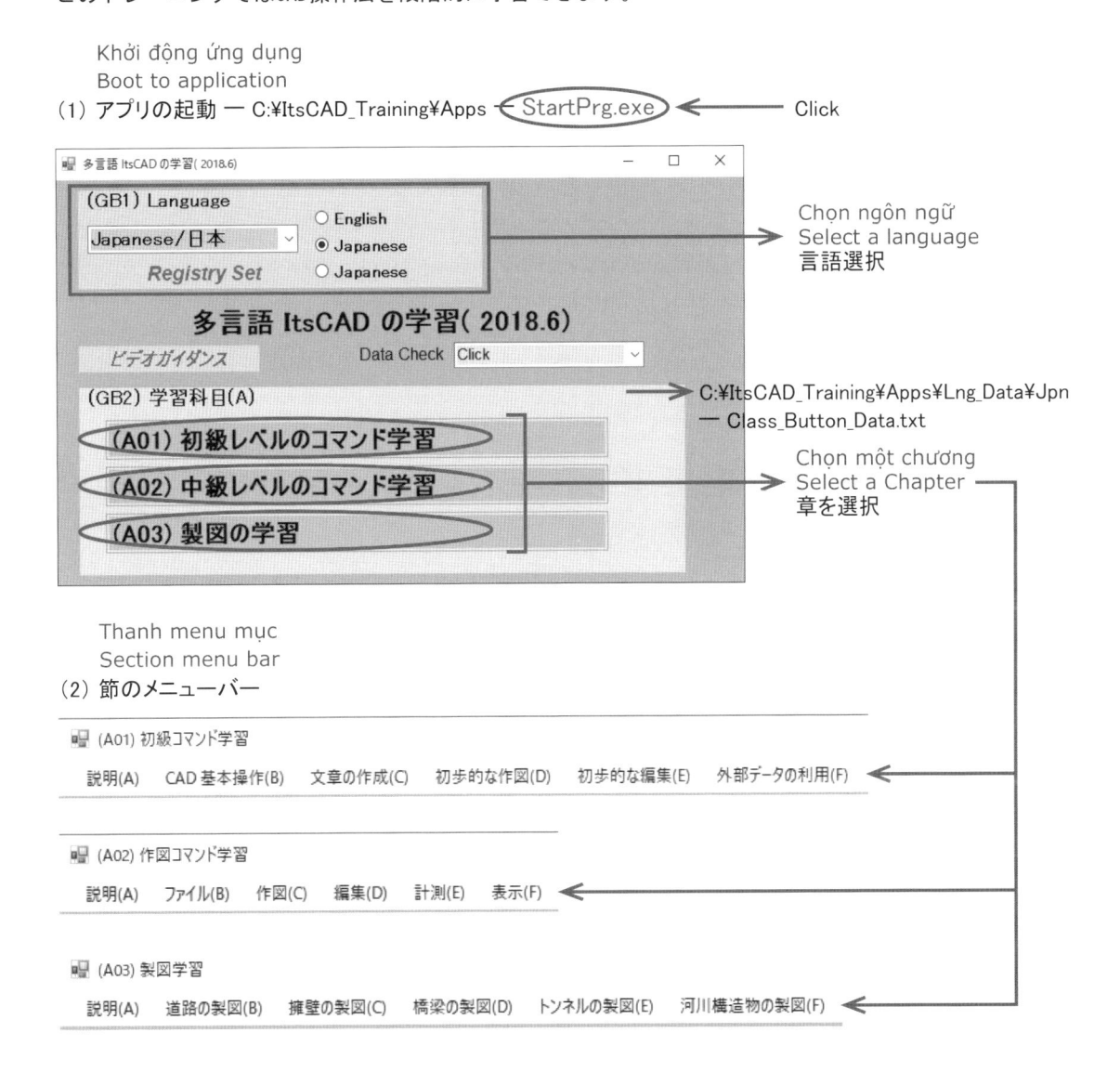

Chọn ngôn ngữ
Select a language
言語選択

C:¥ItsCAD_Training¥Apps¥Lng_Data¥Jpn
― Class_Button_Data.txt

Chọn một chương
Select a Chapter
章を選択

Thanh menu mục
Section menu bar

(2) 節のメニューバー

🖳 (A01) 初級コマンド学習

説明(A)　CAD 基本操作(B)　文章の作成(C)　初歩的な作図(D)　初歩的な編集(E)　外部データの利用(F) ←

🖳 (A02) 作図コマンド学習

説明(A)　ファイル(B)　作図(C)　編集(D)　計測(E)　表示(F) ←

🖳 (A03) 製図学習

説明(A)　道路の製図(B)　擁壁の製図(C)　橋梁の製図(D)　トンネルの製図(E)　河川構造物の製図(F) ←

Học tập của người mới bắt đầu-lệnh Lebel
Learning of beginner-lebel's command

3.1　初級コマンドの学習　　　　　　　　　　　　　　C:\ItsCAD_Training\1_Board\Chapter_A01

Mục đích của học tập lệnh Beginner là 2 điểm sau đây.
Mục đích của học tập lệnh Beginner là 2 điểm sau đây.

1.　初級コマンド学習の目的は以下の2点です。

Kiến thức cơ bản và xử lý CAD có thể được làm chủ.
Basic knowledge and handling of CAD can be mastered.

（1）CADの基礎知識と操作を習得できます。

Phương thức tạo nội dung đa ngôn ngữ (trang) có thể được làm chủ.
Multilingual e-learning content (page) creation method can be master

（2）多言語 e-Learning のコンテンツ(ページ)作成法を習得できます。

Menu phần
Section Menu

2.　節のメニュー

C:¥ItsCAD_Training¥Apss¥Lng_Data¥Jpn¥Chapter_A01 ― Class_StripMenu_Data.txt

①	②	③	④	⑤
説明(A)　　CAD 基本操作(B)	文章の作成(C)	初歩的な作図(D)	初歩的な編集(E)	外部データの利用(F)

Menu phần
Section Menu

3.　項のメニュー

① 　　　　　　　　Chọn một chương
CAD 基本操作　Basic handling of CAD

画面/メニュー/コマンド(B1)
マウス／キーボード(B2)
座標系/レイヤー(B3)
用紙設定(B4)
メニュー言語の変更(B5)
レジストリーの切替え(B6)
レイヤーの操作(B7)

② 　　　　　　　　Tạo Text
文章の作成　Creating Text

文章の入力(C1)
文章の編集(C2)
CAD ファイルの自動翻訳(C3)
言語キーボードの変更(C4)

③ 　　　　　　　　Chính vẽ
初歩的な作図　Primary drawing

作図前の設定(D1)
点の作図(D2)
線の作図(D3)
図形の作図(D4)
寸法の作図(D5)

④ 　　　　　　　　Chính chỉnh sửa
初歩的な編集　Primary Editing

移動/複写/オフセット(E1)
対称/回転/拡大(E2)
線の端末処理(E3)

⑤ 　　　　　　　　Sử dụng các dữ liệu bên ngoài
外部データの利用　Using of external data

ラスター貼り付け(F1)
ハイパーリンク(F2)

Hệ tọa độ học tập/lớp
Learning Coordinate systems/layers

3.1.1　座標系 ／ レイヤーの学習　　　　　　　　C:\ItsCAD_Training\1_Boad\Chapter_A01\B＿B3.itd

Trong hệ tọa độ, chỉ rõ quy mô và đơn vị. Trong lớp, liên kết một hệ thống tọa độ chính nó.
In the coordinate system, Specify scale and unit. In the layer, Link a coordinate system itself.
（1）座標系では縮尺と単位を指定します。レイヤーでは座標系をリンクします。

Vẽ số liệu trên lớp đã chọn.
Draw figures on a selected Layer.
（2）選択したレイヤー上に作図します。

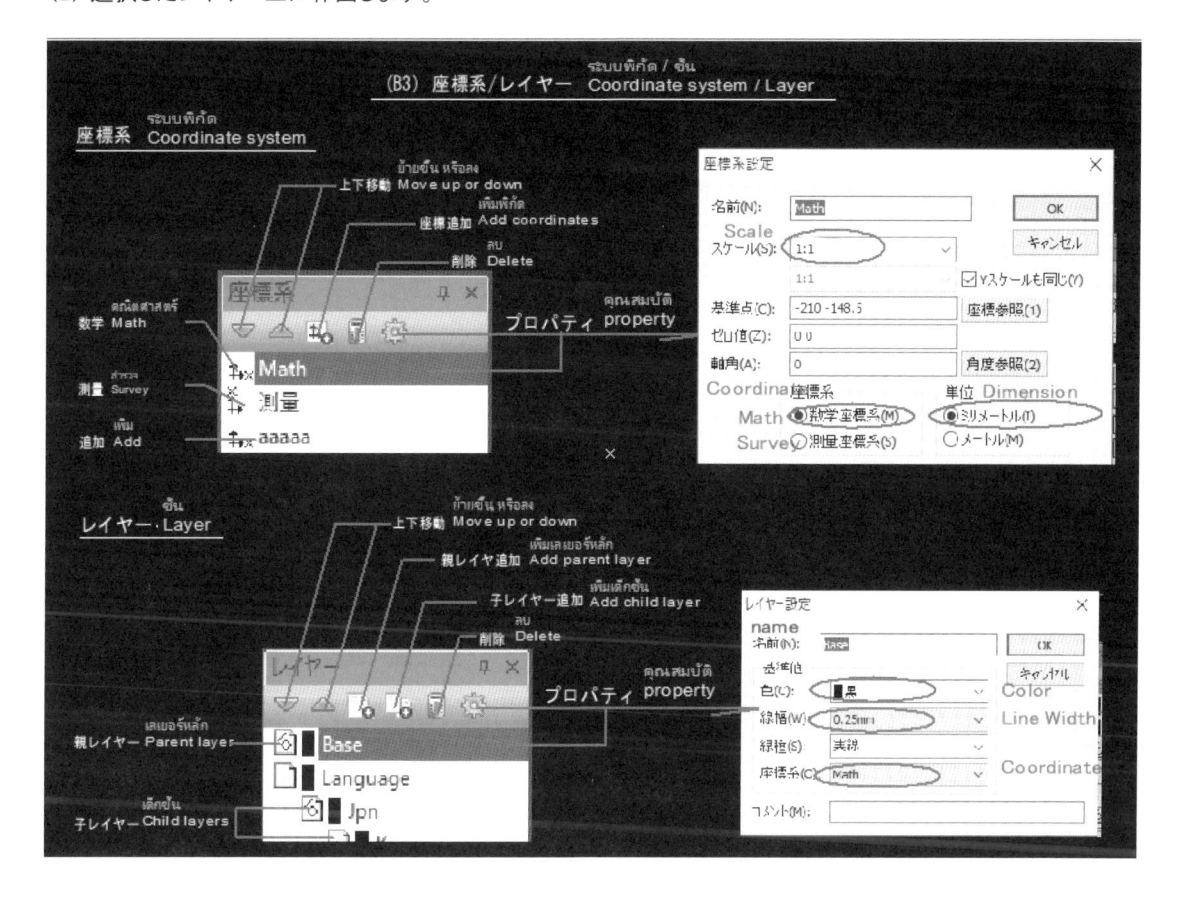

Một Item khác có thể học được giống như nó .
Another Items can be learned as same it.
（3）他の項目もこれと同様の学習ができます。

Học tập của Trung cấp của lệnh
Learning of Middle-level's command

3.2　中級コマンドの学習　　　　　　　　　　　　　　C:\ItsCAD_Training\1_Boad\Chapter02

Mục đích học tập chỉ huy Trung cấp là 2 điểm sau.
Purpose of intermediate command learning is the following 2 points.
中級コマンド学習の目的は以下の2点です。

Tất cả các lệnh CAD có thể được nắm bắt.
All of the CAD commands can be mastered.
すべてのCAD コマンドの操作を習得できます。

Chuẩn bị CAD soạn thảo canbe masterd.
Preparation of CAD drafting can be made.
CAD 製図の準備ができます。

Thanh menu của phần
Menu Bar of Section

（1）節のメニューバー　C:¥ItsCAD_Training¥Apps¥Lng_Data¥Jpn¥Chapter_A02 ― Class_StripMenu_Data.txt

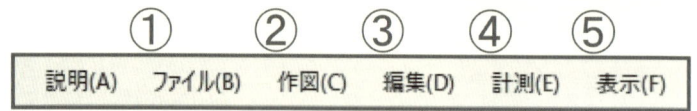

　　　①　　　②　　　③　　　④　　　⑤

| 説明(A) | ファイル(B) | 作図(C) | 編集(D) | 計測(E) | 表示(F) |

Trình đơn pulldown của các mục
Pulldown Menu of Items

（2）項のプルダウンメニュー

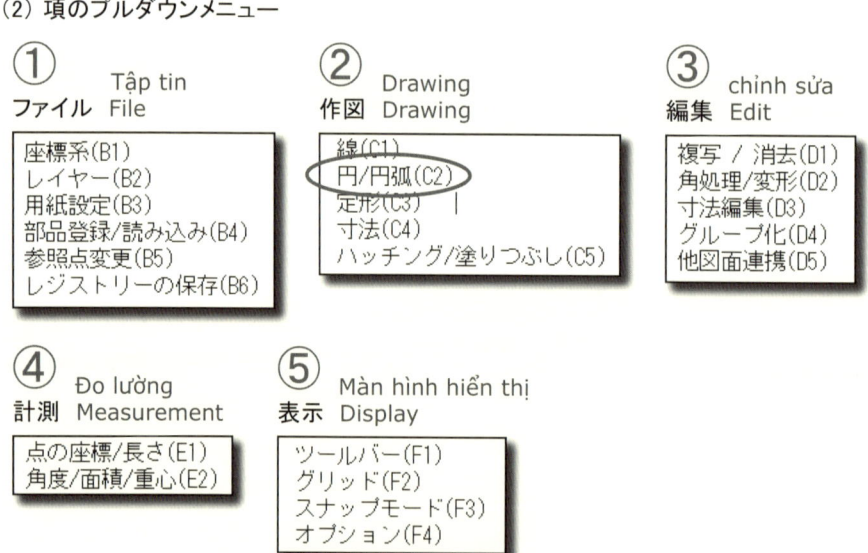

① 　Tập tin
ファイル　File

座標系(B1)
レイヤー(B2)
用紙設定(B3)
部品登録/読み込み(B4)
参照点変更(B5)
レジストリーの保存(B6)

② Drawing
作図　Drawing

線(C1)
円/円弧(C2)
定形(C3)
寸法(C4)
ハッチング/塗りつぶし(C5)

③ 　chỉnh sửa
編集　Edit

複写 / 消去(D1)
角処理/変形(D2)
寸法編集(D3)
グループ化(D4)
他図面連携(D5)

④ Đo lường
計測　Measurement

点の座標/長さ(E1)
角度/面積/重心(E2)

⑤ Màn hình hiển thị
表示　Display

ツールバー(F1)
グリッド(F2)
スナップモード(F3)
オプション(F4)

Vòng tròn/Arc học (một ví dụ)

Circle/Arc Learning (an example)

3.2.1　円/円弧の学習 (1例)　　　　　　　　　　C:\ItsCAD_Training\1_Board\Chapter_A01\B ─ B3.itd

Với nhìn vào ví dụ của vòng tròn và Arces, làm thế nào để vẽ có thể được masterd trên một lớp mới.

With at the example of circles and arces, drawing can be masterd on a new layer.

（1）円、円弧の作図例を見て、新たなレイヤーで作図を習得できます。

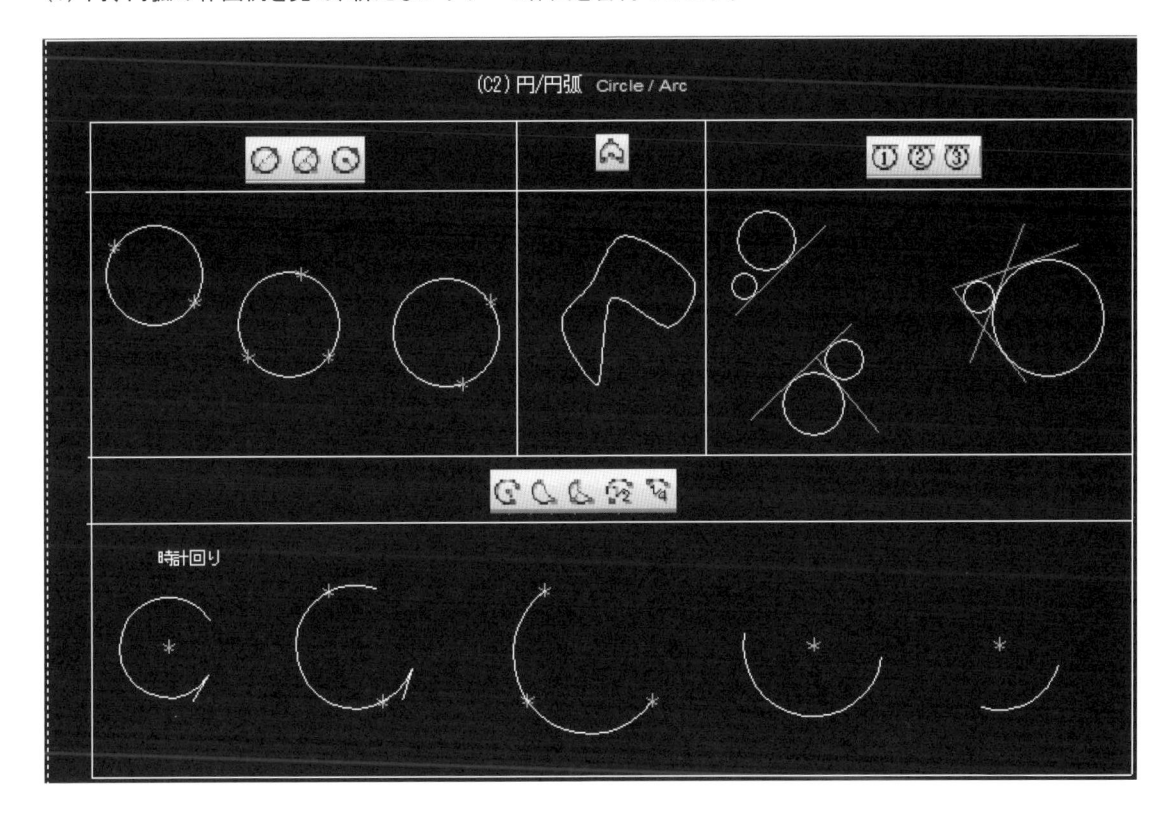

Một Item khác có thể học được giống như nó .

Another Items can be learned as same it.

（2）他の項目もこれと同様の学習ができます。

Học tập soạn thảo
Learning Drafting

3.3 製図の学習   C:\ltsCAD_Training\1_Board\Chapter_A03

Soạn thảo của một cấu trúc đòi hỏi kiến thức chuyên môn.
Drafting of a structure requires specialized knowledge.

1. 構造物の製図には、専門的な知識が必要です。

Chương này cung cấp một ví dụ về đường soạn thảo.
This chapter provides an example of road drafting.

（1）この章では道路の製図例を示します。

Các cấu trúc khác nên được rút ra tự do bởi người sử dụng.
The other structures should be drawn freely by User.

（2）その他の構造物は、ユーザーが自由に作図してください。

Thanh menu của phần
Menu bar of Section

2. 節のメニューバー C:¥ltsCAD_Training¥Apps¥Lng_Data¥Jpn¥Chapter_A03 ― Class_StripMenu_Data.txt

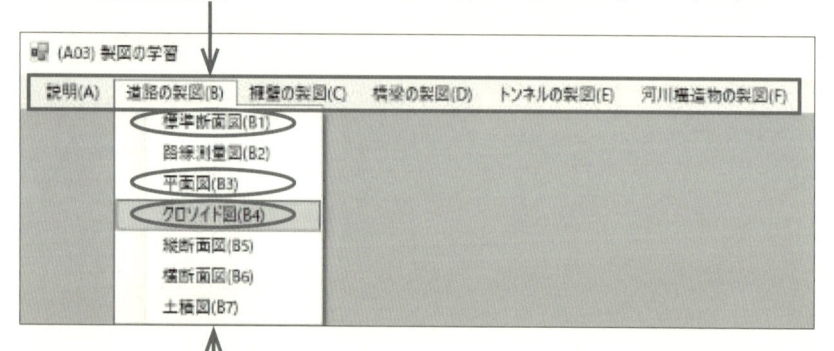

Đang pulldown menu của mục
Pulldown menu of Item

3. 項のプルダウンメニュー

Drafting Examples of road
道路製図例題

Bản vẽ phần tiêu chuẩn
3_3_1 標準断面図 Standard section drawing

Vẽ bản vẽ
3_3_2 平面図 Plane drawing

Clothoid vẽ
3_3_3 クロソイド図 Clothoid drawing

Bản vẽ phần tiêu chuẩn
Standard Section Drawing

3.3.1　標準断面図

C:\ItsCAD_Training\1_Boad\Chapter_A03\B 一 B1.itd

(1) Cut & Bank

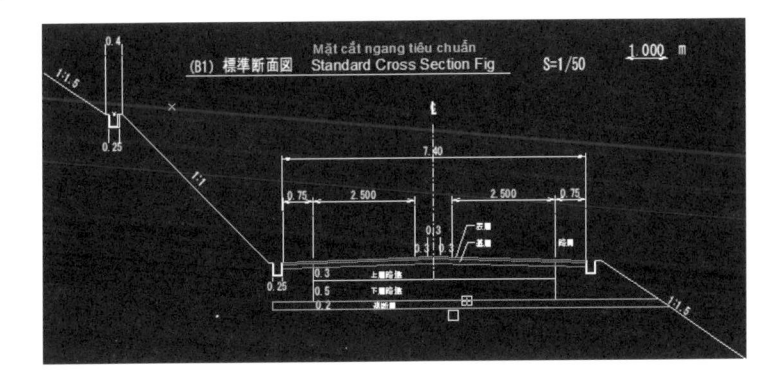

(2) Cut & Cut

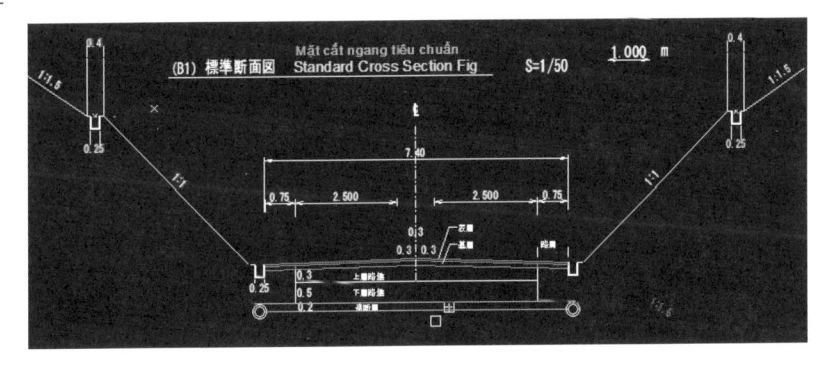

(3) Bank & Bank

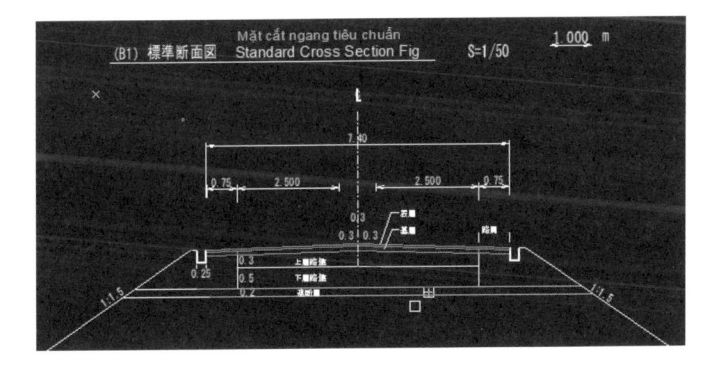

Bản vẽ máy bay
Plane Drawing

3.3.2 道路平面図　　　　　　　　　　　C:\ItsCAD_Training\1_Boad\Chapter_A03\B－B2.itd

Bản vẽ khảo sát
（1）測量図　Survey Drawing B2.itd

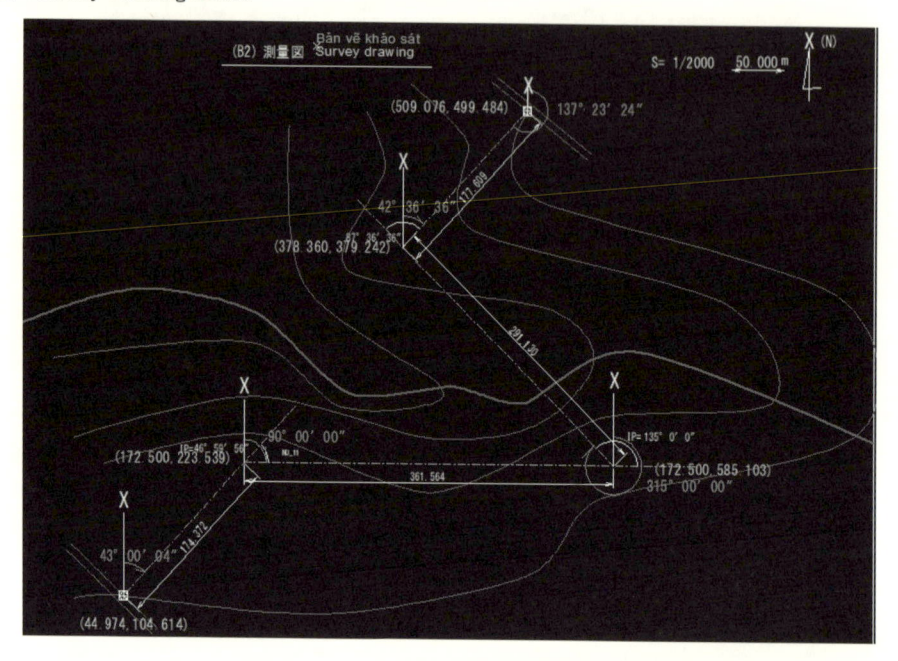

Bản vẽ máy bay
（2）平面図　Plane Drawing B3.itd

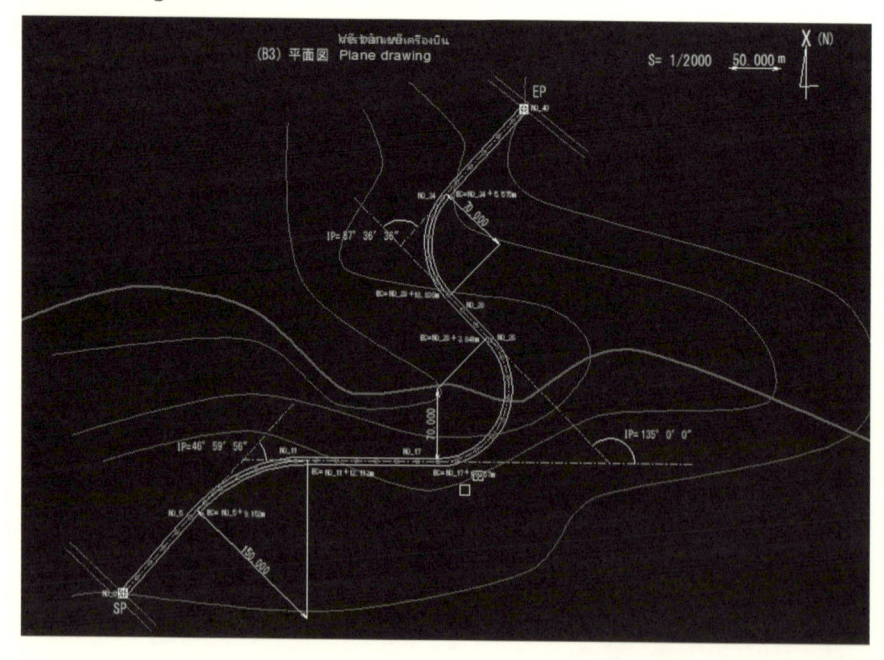

Clothoid hình của đường
Clothoid Fig of Road

3.3.3　道路のクロソイドの図　　　　　　　　C:\ItsCAD_Training\1_Boad\Chapter_A03\A－A2.itd

Clothoid tính và vẽ các trục dọc của vùng đường cong.
Draw clothoid calculation and the centerline of Curve zone.

（1）クロソイドの計算と曲線部の中心線を作図します。

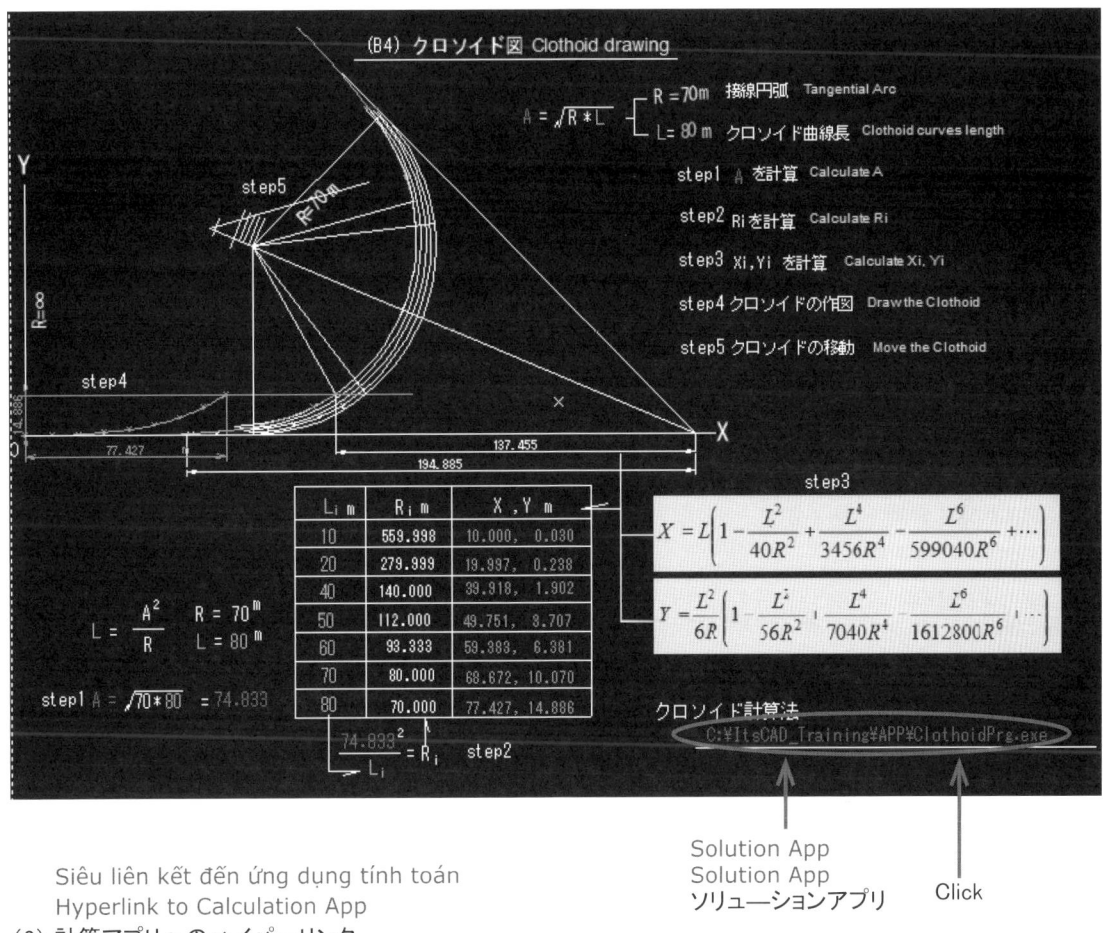

Siêu liên kết đến ứng dụng tính toán
Hyperlink to Calculation App

（2）計算アプリへのハイパーリンク

Toán học ứng dụng
第4章　数学の学習アプリ　App of Matehmatics learning

Khởi động ứng dụng và tổng hợp
Booting App and General
4.0　アプリの起動と全般

Trong ứng dụng này, toán học cơ bản của trường đại học có thể được học.
In this application, Basic mathematics of university can be learned.
このアプリでは大学の基礎数学を学習できます。

Khởi động ứng dụng
Boot to application
1. アプリの起動 ― C:¥MathXXX¥Apps ―（StartPrg.exe）←――― Click

C:¥ MathXXX¥Apps¥Lng_Data¥Jpn ― Class_Button_Data.txt

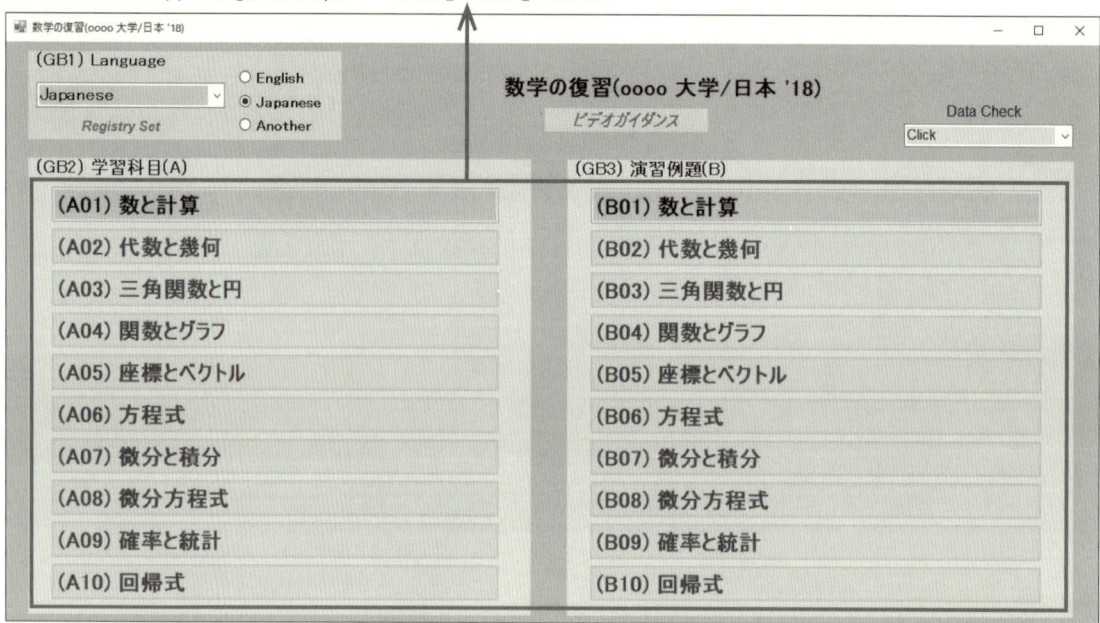

Tổng quan học tập
Learning Overview
2. 学習の概要

　　Kiến thức cơ bản về toán học và quá trình tính toán có thể được nắm bắt.
　　Basic knowledge of mathematics and calculation process can be mastered.
　(1) 数学の基礎知識と計算法を習得できます。

　　Hiển thị một ví dụ về chương A01 và B01.
　　Show an example of Chapter A01 and B01.
　(2) A01 と B01 の例題を示します。

　　Chương, phần và nội dung có thể được thay đổi tự do bởi người dùng.
　　The chapter,section and content can be changed freely by Users.
　(3) 章・節・内容はユーザーが自由に変更できます。

Học số N-ary
Learning of N-ary number

4.1　N進数の学習　　　　C:\LPOE_MthXXX\1_Boad\Chapter_A01\B-B3.itd

Xem đa ngôn ngữ văn bản và hướng dẫn video có thể được siêu liên kết.
View Multi-language text and Video Guidance can be hyperlinked.
多言語テキスト表示と動画音声ガイダンスをハイパーリンクできます。

Mối quan hệ giữa số 10 và số nhị phân
Relationship between decimal number and binary number
10進数と2進数の関係

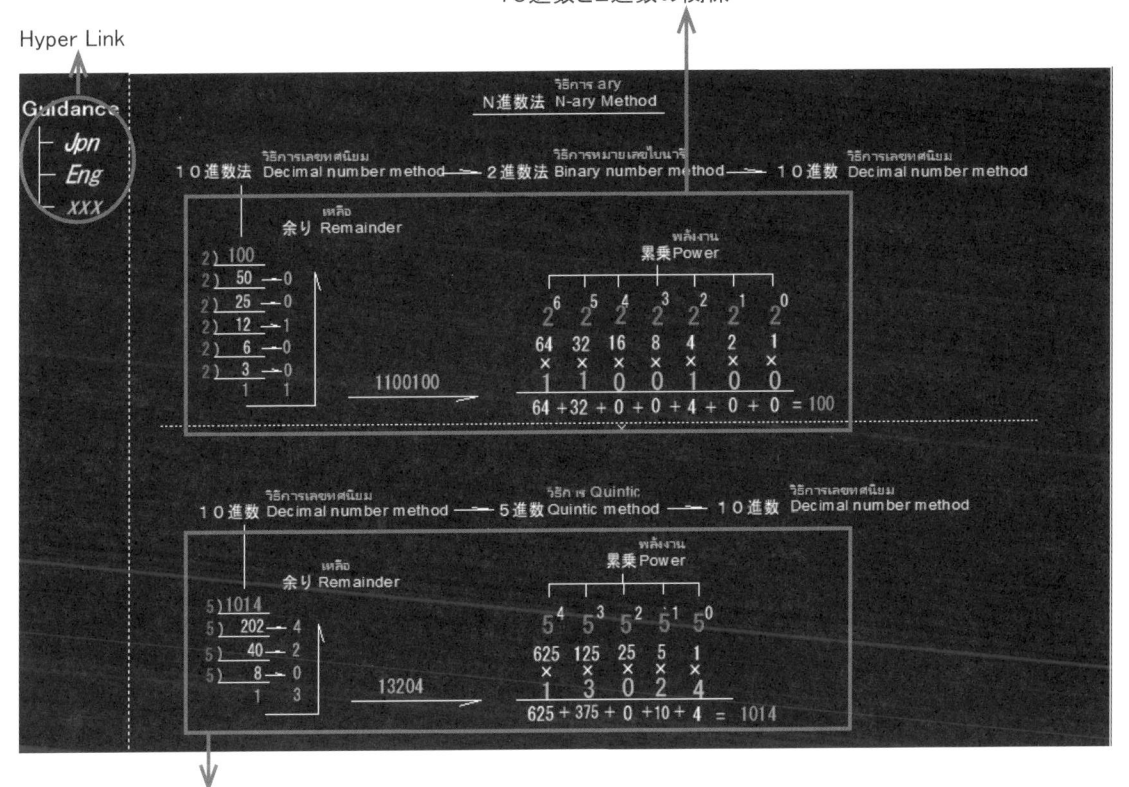

Mối quan hệ giữa số 10-ary và số 5-ary
Relationship between decimal number and qunary number
10進数と5進数の関係

Chương trình tính toán số nguyên tố
Prime number calculation program

4.2　素数の計算プログラム　　　　　　C:\LPOE_MthXXX\1_Boad\Chapter_B01\B-B1.itd

Chuyển ngôn ngữ hiển thị
Select Language
言語選択

chuyển ngôn ngữ hiển thị　　　　Tính toán và Xem số nguyên tố lên tới 1000.
Switch the display language　　　Calculate and View prime numbers up to 1000.
表示言語切替　　　　　　　　　1000 までの素数を計算して表示する。

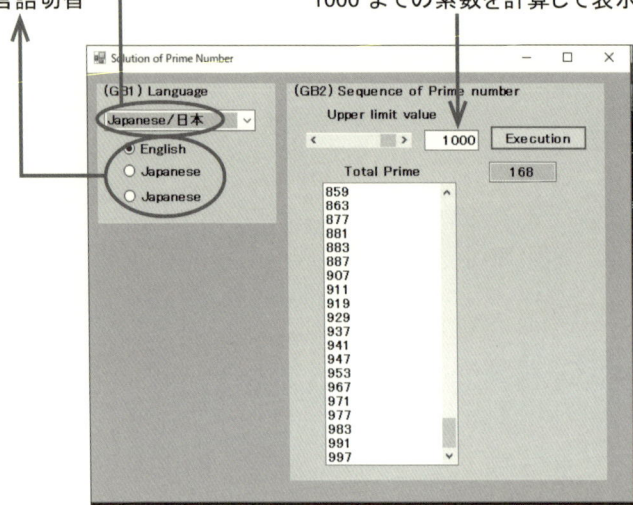

Mã nguồn của VB 2017 có thể được giới thiệu.
The source code of VB2017 can refered.
VB2017のソースコードを参照できます。

```
C:\LPOE_MthXXX\Apps\SolPrg\Prg1VB ─ Prg1VB.sln ─ source code
                                      └── SolB1_VB.exe
```

Một Item khác có thể học được giống như nó.
Another Items can be learned as same it.
他の項目もこれと同様の学習ができます。

¥LPOE_Manual¥Manual_G¥5_e_App_VBLesson　5_0 VBLesson_General.itd　　Japanese/English/Vietnamese

Học tập của VB2017 programing
第5章　プログラミングの学習　App of VB programming

Khởi động ứng dụng và tổng hợp
Booting App and General
5.0　アプリの起動と全般

Trong ứng dụng này, lập trình VB2017 từ đầu đến trung cấp bạn có thể học được.
In this App, VB2017 programming from Beginning to Middle levelyou can be learned.
このアプリではVB2017プログラミングの初歩から中級まで学習できます。

Khởi động ứng dụng
Boot to application
1. アプリの起動 ― C:¥LPOE_VBLesson¥Apps ― StartPrg.exe ← ― Click

　　C:¥LPOE_VBLesson¥Apps¥Lng_Data¥Jpn ― Class_Button_Data.txt

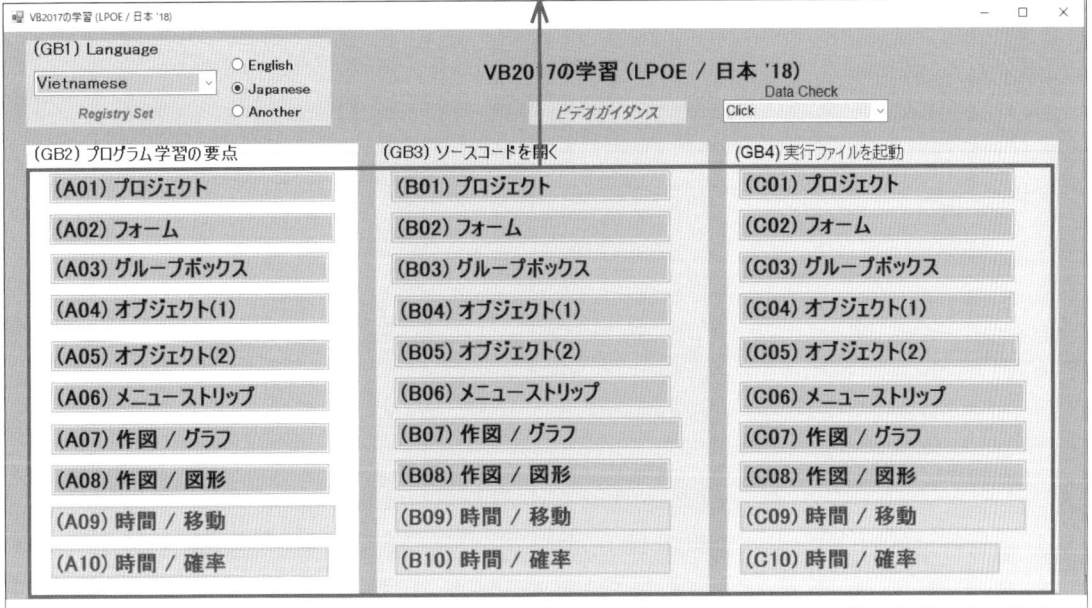

Học sinh có thể học vb2017 từng bước lập trình.
Students can learn vb2017 programming step by step.
2. 学生が VB2017 プログラミングを段階的に習得できます。

　　Kiến thức cơ bản về VB2017 có thể học được trong A01 - A08
　　Bsic knowledge of VB2017 can be learned in A01 - A08
（1）A01-A08 では VB2017 の基礎知識を学習出来ます。

　　B01-B08 mở vb2017 giải pháp (mã và Designer).
　　VB2017 solution (Code and designer) can be learned in B01
（2）B01-B08 では VB2017 のソリューション（コードとデザイナー）を学習できます。

　　Khởi động VB2017 exe_files trong C01-C10.
　　Boot VB2017 exe_files in C01-C10.
（3）C01-C10 では　VB2017の実行ファイルを起動します。

Học đối tượng
Learning of Object

5.1　オブジェクトの学習

C:\LPOE_VBLesson\2VB_GroupBox 2VB_GroupBox.exe

chuyển ngôn ngữ hiển thị　　　　　Chuyển ngôn ngữ hiển thị
Select Language　　　　　　　　　　Switch the display language
言語選択　　　　　　　　　　　　　表示言語切替

C:¥LPOE_VBLesson¥2VB_GroupBox¥Lng_Data¥Jap ─ GroupBox_Data.txt

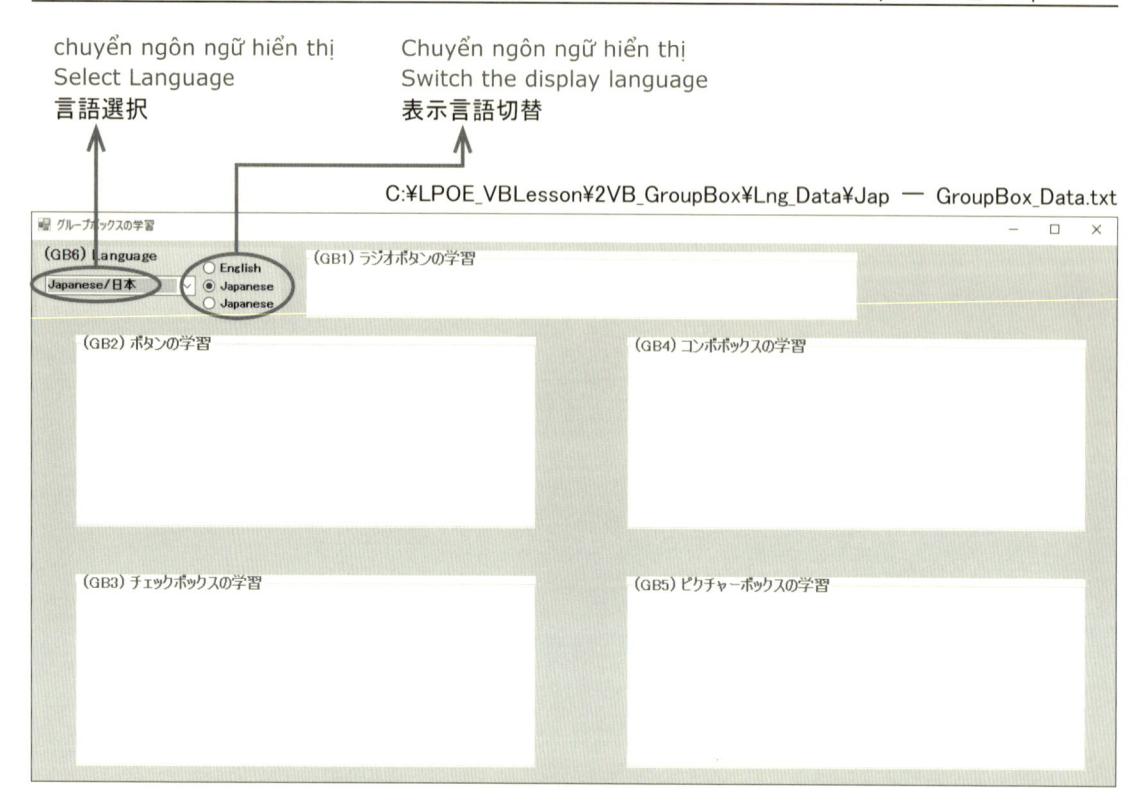

Đặt các đối tượng trong mỗi hộp nhóm.
Set objects in the each group boxes.

（1）グループボックスの中にオブジェクトを設定します。

Mã nguồn của VB 2017 có thể được giới thiệu.
The source code of VB2017 can refered.

（2）VB2017のソースコードを参照できます。

　　C:¥LPOE_VBLesson¥2VB_GroupBox¥2VB_Group ─ B2oVxB_GroupBox.sln ─ source code
　　　　　　　　　　　　　　└── 2VB_GroupBox.exe

Một Item khác có thể học được giống như nó.
Another Items can be learned as same it.

（3）他の項目もこれと同様の学習ができます。

Học đồ họa (bản đồ)
Learning of graphics (map)

5.2　グラフィックの学習（地図）　　　　C:\LPOE_VBLesson\7VB_PictureBox 7VB_PictureBox.exe

chuyển ngôn ngữ hiển thị
Select Language
言語選択

Chuyển ngôn ngữ hiển thị
Switch the display language
表示言語切替

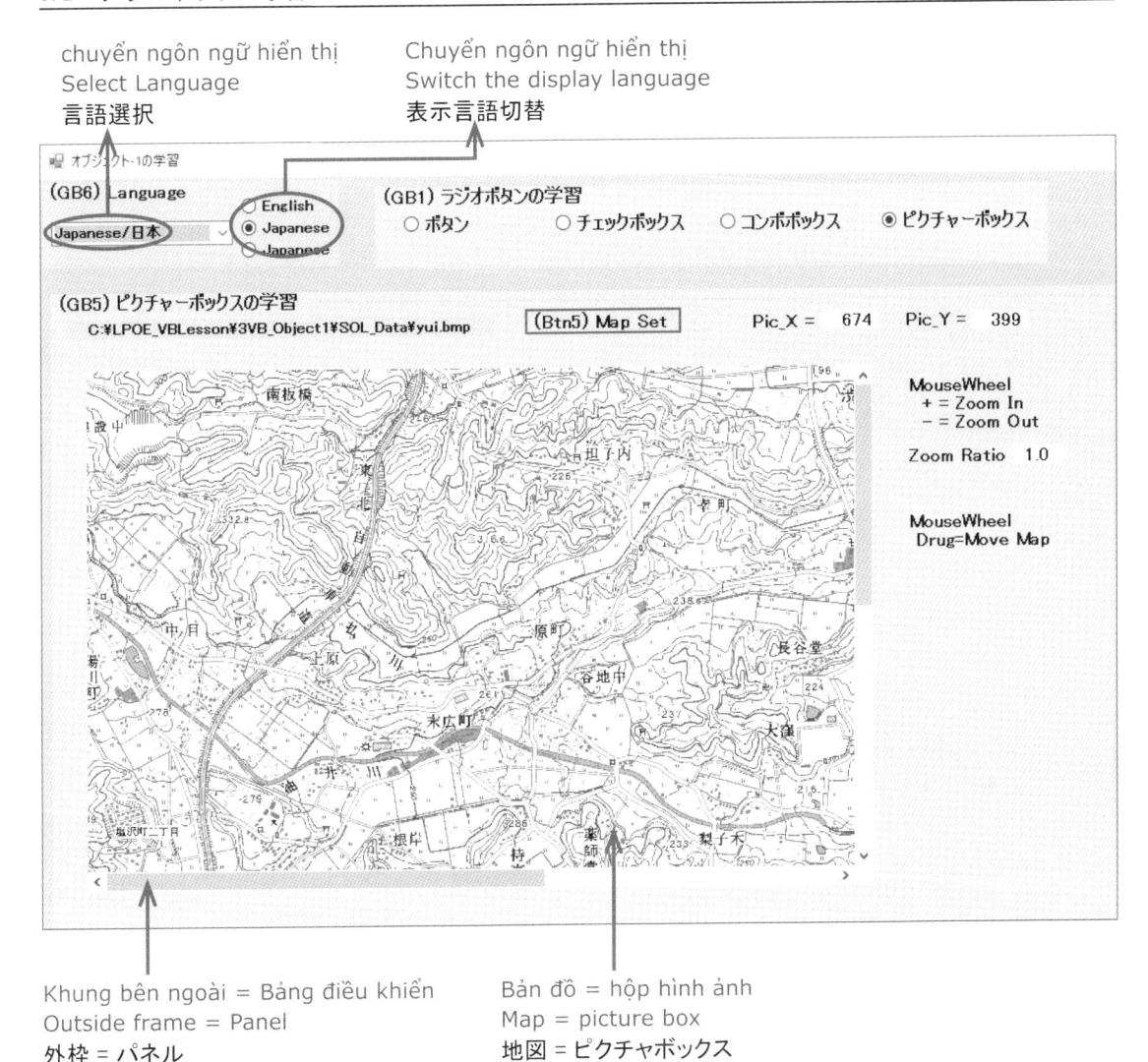

Khung bên ngoài = Bảng điều khiển
Outside frame = Panel
外枠 = パネル

Bản đồ = hộp hình ảnh
Map = picture box
地図 = ピクチャボックス

Mã nguồn của VB 2017 có thể được giới thiệu.
The source code of VB2017 can refered .

（1）VB2017のソースコードを参照できます。

　　　C:\LPOE_VBLesson\7VB_PictureBox\7VB_PictureBo7\VB_PictureBox.sln ― source code
　　　　　　　　　　　　　└── 7VB_PictureBox.exe

Một Item khác có thể học được giống như nó.
Another Items can be learned as same it.

（2）他の項目もこれと同様の学習ができます。

Ứng dụng thực tập kỹ thuật nông nghiệp
第6章 農業技能実習のアプリ　App of agricultural technical internship

Khởi động ứng dụng và tổng hợp
Booting App and General
6.0　アプリの起動と全般

Trong ứng dụng này, thực tập viên kỹ thuật nông nghiệp từ các quốc gia khác nhau có thể tìm hiểu về Nhật Bản Aguricalture.
In this App, Agricultural Technical Interns from various countries can learn about Japanese Aguricalture.
このアプリでは各国の農業技能実習生が日本の農業を学習できます。

Khởi động ứng dụng
Chapter Buttons
1.　アプリの起動 ― C:¥AGRXXX¥Apps ― StartPrg.exe ←――― Click

　　C:¥AGRXXX¥Apps¥Lng_Data¥Jpn ― Class_Button_Data.txt

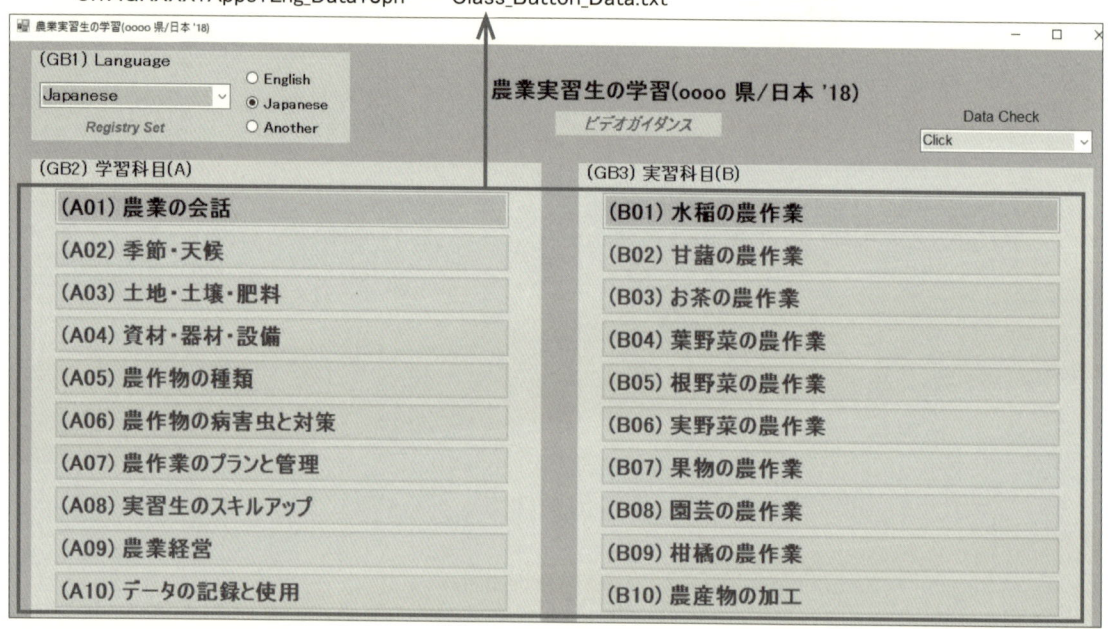

Tổng quan học tập
Learning Overview
2.　学習の概要

　　Các học viên thực tập kỹ thuật nông nghiệp có thể nắm vững cuộc trò chuyện, kiến thức và công việc.
　　Agricultural technical intern trainees can master conversation, knowledge and work.
（1）農業技能実習生が会話・知識・作業を習得できます。

　　Hiển thị một ví dụ về chương A01 và B01.
　　Show an example of Chapter A01 and B01.
（2）A01 と B01 の例題を示します。

　　Chương, phần và nội dung có thể được thay đổi tự do bởi người dùng.
　　The chapter,section and content can be changed freely by Users.
（3）章・節・内容はユーザーが自由に変更できます。

Học tập của theo mùa và sự kiện (ví dụ)
Learning of Season and Events (examples)

6.1　季節と行事の学習（例）　　　　C:\LPOE_AGRXXX\1_Boad\Chapter_A01\B － B5.itd

Xem đa ngôn ngữ văn bản và hướng dẫn video có thể được siêu liên kết.
View Multi-language text and Video Guidance can be hyperlinked.
多言語テキスト表示と動画音声ガイダンスをハイパーリンクできます。

Hyper Link

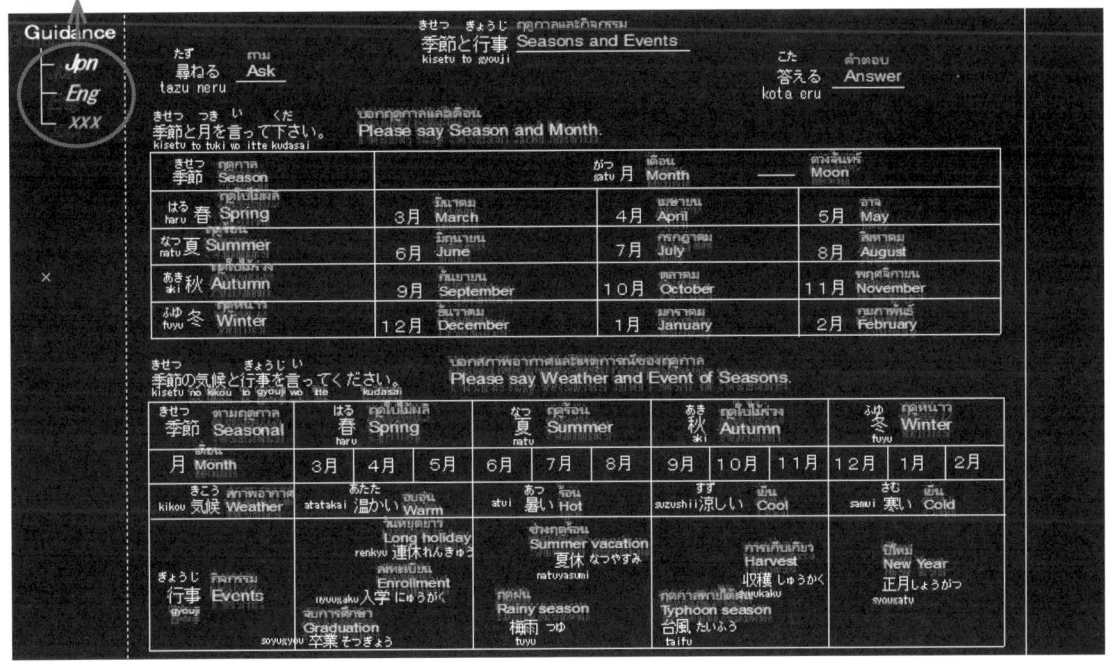

Work of scraping (examples)

6.2　代掻きの作業（例）   C:\LPOE_AGRXXX\1_Boad\Chapter_B01\D － D1.itd

Xem đa ngôn ngữ văn bản và hướng dẫn video có thể được siêu liên kết.
View Multi-language text and Video Guidance can be hyperlinked.
多言語テキスト表示と動画音声ガイダンスをハイパーリンクできます。

Hyper Link

Ứng dụng thực tập kỹ thuật xây dựng
第7章　建設技能実習のアプリ　App of construction technical internship

Khởi động ứng dụng và tổng hợp
Booting App and General
7.0　アプリの起動と全般

Trong ứng dụng này, thực tập kỹ năng xây dựng từ các quốc gia khác nhau có thể tìm hiểu về xây dựng của Nhật Bản.
In this application, Construction skills interns from various countries can learn about construction of Japan.
このアプリでは各国の建設技能実習生が日本の建設を学習できます。

Chương nút
Chapter Buttons
1.　章のボタン ― C:¥CONXXX¥Apps ← StartPrg.exe ←――――― Click

C:¥CONXXX¥Apps¥Lng_Data¥Jpn¥Index ― Class_Button_Data.txt

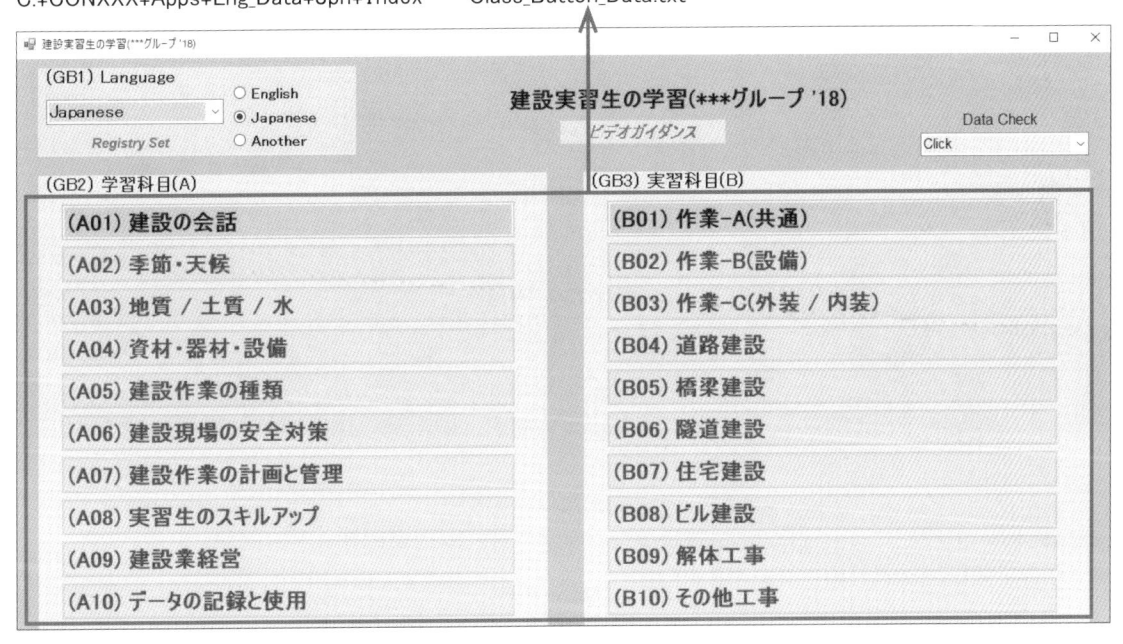

Tổng quan học tập
Learning Overview
2.　学習の概要

　　　Học viên thực tập kỹ thuật xây dựng có thể nắm vững các cuộc trò chuyện, kiến thức
　　　Construction technical intern trainees can master conversation, knowledge and work
（1）建設技能実習生が会話・知識・作業を習得できます。

　　　Hiển thị một ví dụ về chương A01 và B01.
　　　Show an example of Chapter A01 and B01.
（2）A01 と B01 の例題を示します。

　　　Chương, phần và nội dung có thể được thay đổi tự do bởi người dùng.
　　　The chapter,section and content can be changed freely by Users.
（3）章・節・内容はユーザーが自由に変更できます。

Học tập của lời chào vào buổi sáng (ví dụ)
Greeting in the morning (example)

7.1　朝の挨拶の学習（例）　　　　　　C:\LPOE_AGRXXX\1_Boad\Chapter_A01\B — B2.itd

Xem đa ngôn ngữ văn bản và hướng dẫn video có thể được siêu liên kết.
View Multi-language text and Video Guidance can be hyperlinked.

（1）多言語テキスト表示と動画音声ガイダンスをハイパーリンクできます。

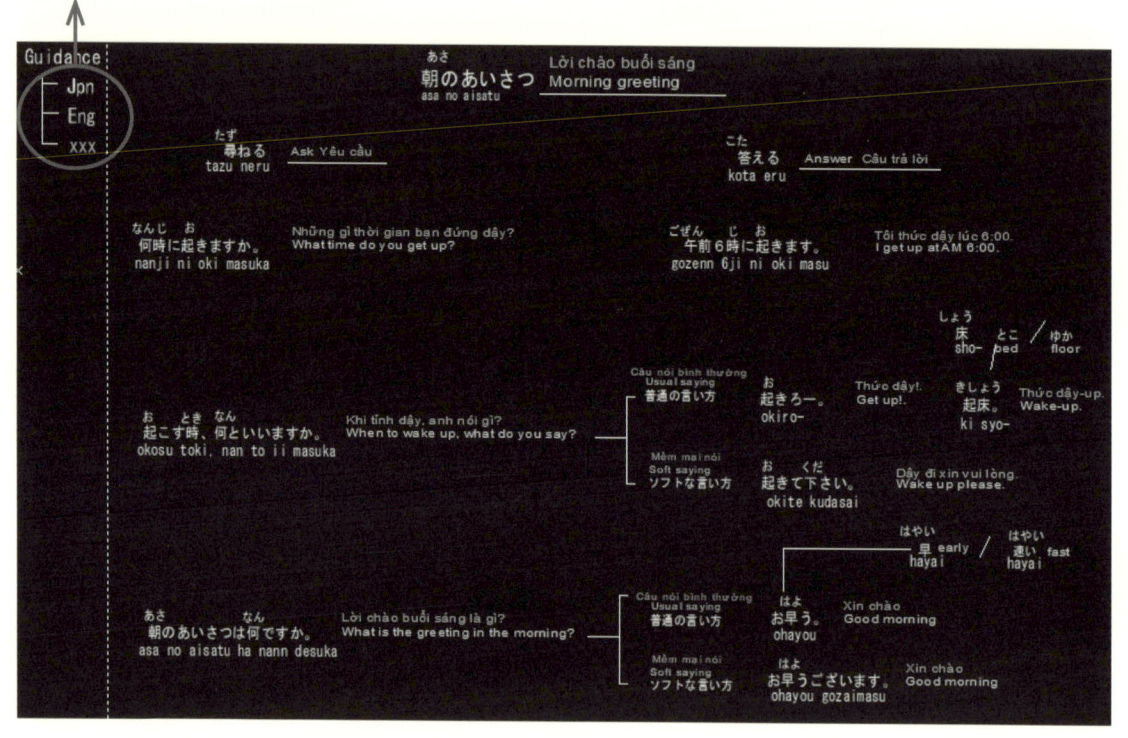

Một Item khác có thể học được giống như nó.
Another Items can be learned as same it.

（2）他の項目もこれと同様の学習ができます。

Form Making Work of Road (example)

7.2　道路の整形作業（例）　　　　　　　　C:\LPOE_CONXXX\1_Boad\Chapter_B01\B － B4.itd

Xem đa ngôn ngữ văn bản và hướng dẫn video có thể được siêu liên kết.
View Multi-language text and Video Guidance can be hyperlinked.

（1）多言語テキスト表示と動画音声ガイダンスをハイパーリンクできます。

Hyper Link

Một Item khác có thể học được giống như nó.
Another Items can be learned as same it.

（2）他の項目もこれと同様の学習ができます。

Tổng quan về ứng dụng mở rộng kỹ thuật
第8章　アプリの拡張テクニカル概要　Overview of application extension technical

Các ứng dụng được đề xuất bởi lpoe có thể được mở rộng theo cách sau đây:
The Apps suggested by LPOE can be extended in the following manner:
LPOEが提案するアプリは下記の要領で拡張できます。

Itscad của văn bản dịch có thể được thực hiện trong bước tiếp theo trong thư mục "C: \itscad_data\language_mode".

ItsCAD's text translation can be done in the next step in the "C: \ItsCAD_Data\Language_Mode" folder.

1. ItsCAのDテキスト翻訳は ″C:¥ItsCAD_Data¥Language_Mode″ フォルダの中で次のステップで行います。

Sao chép "JPN" và tạo một thư mục ngôn ngữ mới
Copy "Jpn" and create a new language folder
(1) ″Jpn″ をコピーし新しい言語フォルダーを作成

Dịch tự động của 4 tác phẩm trong thư mục ngôn ngữ--> hiệu chuẩn
Automatic translation of 4 files in language folder --> calibration
(2) 言語フォルダの4ファイルを自動翻訳 -->校正

Đăng ký tên ngôn ngữ trong "languagetable. txt"
Register language name in "Languagetable.txt"
(3) ″LanguageTable.txt ″ に言語名を登録

Các lpoe "e-learning ứng dụng" có thể được thay đổi theo những cách sau đây:
The LPOE "e-learning Apps" can be changed in the following ways:
2. LPOEの″e-Learningアプリ″ の変更は、次の方法で行います。

Thay đổi thuộc tính đối tượng của chương và phần
Change the object properties of Chapter and Section
(1) 章 と 節のオブジェクトプロパティ変更

```
Mục tiêu                                              ┌─ Class_Form_Data.txt
ターゲット  Target ─ C:¥LPOE_AGRXXX¥Apps¥Lng_Data¥Jpn ─┼─ Class_GroupBox_Data.txt
                                                       └─ Class_Button_Data.txt
```

Tự động dịch và đánh giá của các văn bản trong chương/phần.
Automatic translation and review of the text in Chapter / Section.
(2) 章 と 節のテキストの自動翻訳と校正

```
Mục tiêu                                                         ┌─ Class_Form_Data.txt
ターゲット  Target ─ C:¥LPOE_AGRXXX¥Apps¥Lng_Data¥Jpn¥Chapter_A01 ─┴─ Class_StripMenu_Data.txt
```

Thay đổi mã nguồn chương trình
Program Source Code Change
(3) プログラムのソースコード変更

```
Mục tiêu                                    ┌─ StartPrg.sln
ターゲット  Target ─ C:¥LPOE_AGRXXX¥Apps ─┴─ LessonPrg.sln
```

Ngôn ngữ bản địa là tiếng Nhật "Jpn" trong phiên bản này
Native language is Japanese "Jpn" in this version.
3. このバージョンでは母国語は日本語″Jpn″です。

Nó có thể được thay thế bằng các ngôn ngữ khác   (Yêu cầu)
It can be replaced with other languages.   (Inquiries)
他の言語にも置換えることもきます。 ─────────────────> (問合わせ) japan@lpoe.net

Itscad đa ngôn ngữ
8.1　ItsCADの多言語化　ItsCAD Multilingual

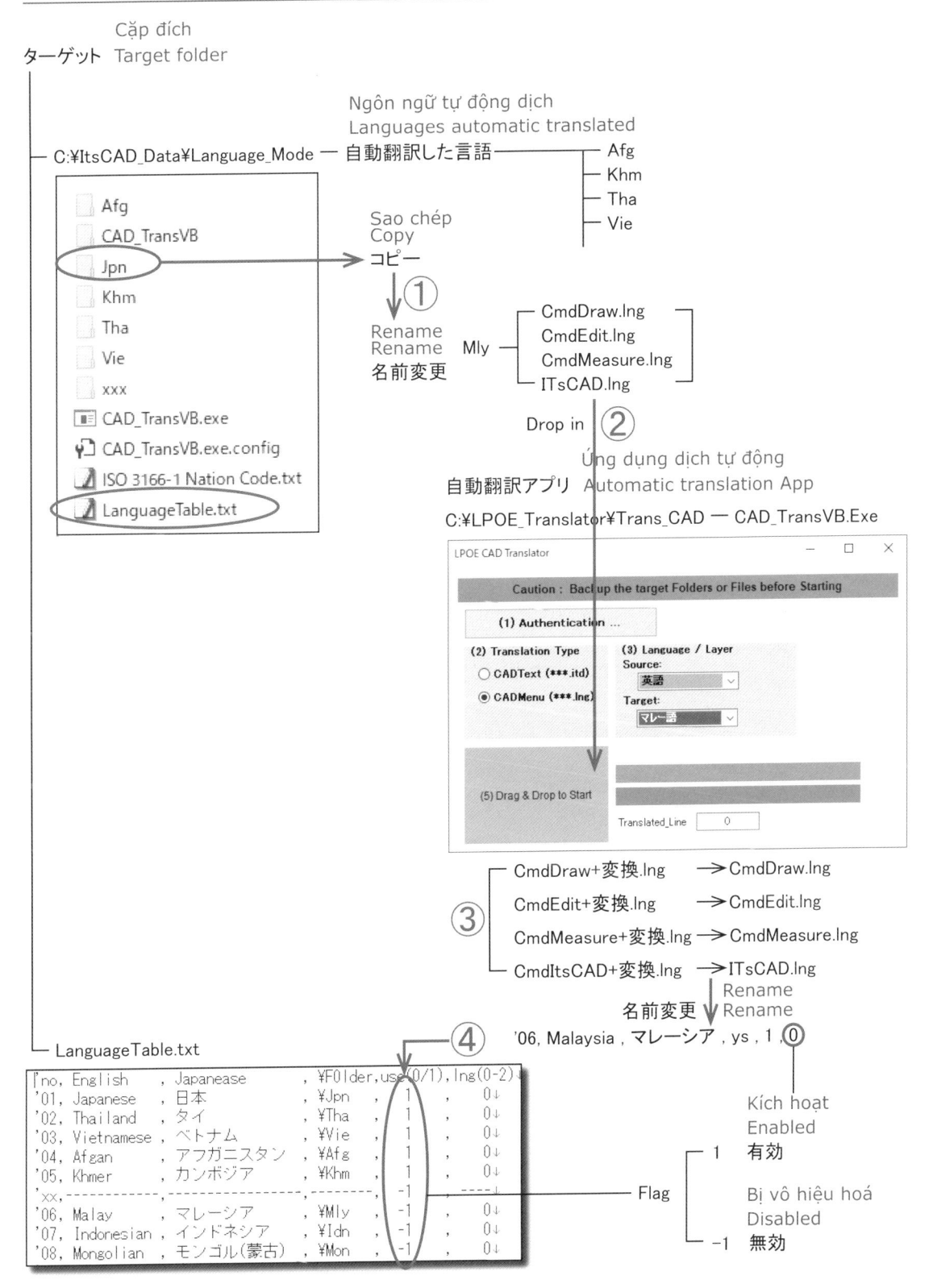

Cặp đích
ターゲット　Target folder

Ngôn ngữ tự động dịch
Languages automatic translated

— C:¥ItsCAD_Data¥Language_Mode — 自動翻訳した言語 ———— Afg
— Khm
— Tha
— Vie

- Afg
- CAD_TransVB
- Jpn
- Khm
- Tha
- Vie
- xxx
- CAD_TransVB.exe
- CAD_TransVB.exe.config
- ISO 3166-1 Nation Code.txt
- LanguageTable.txt

Sao chép
Copy
コピー

①

Rename
Rename　Mly
名前変更

— CmdDraw.lng
CmdEdit.lng
CmdMeasure.lng
— ITsCAD.lng

Drop in ②

Ứng dụng dịch tự động
自動翻訳アプリ　Automatic translation App

C:¥LPOE_Translator¥Trans_CAD — CAD_TransVB.Exe

LPOE CAD Translator

Caution : Back up the target Folders or Files before Starting

(1) Authentication ...

(2) Translation Type
○ CADText (***.itd)
◉ CADMenu (***.lng)

(3) Language / Layer
Source:
英語
Target:
マレー語

(5) Drag & Drop to Start

Translated_Line　　0

③
— CmdDraw+変換.lng　→CmdDraw.lng
CmdEdit+変換.lng　→CmdEdit.lng
CmdMeasure+変換.lng →CmdMeasure.lng
— CmdItsCAD+変換.lng　→ITsCAD.lng

Rename
名前変更　Rename

'06, Malaysia , マレーシア , ys , 1 ⓪

— LanguageTable.txt

④

Kích hoạt
Enabled
— 1　有効

Bị vô hiệu hoá
Disabled
— -1　無効

```
'no, English    , Japanease    , ¥FOlder,use(0/1),lng(0-2)
'01, Japanese   , 日本         , ¥Jpn   ,   1    ,   0
'02, Thailand   , タイ         , ¥Tha   ,   1    ,   0
'03, Vietnamese , ベトナム     , ¥Vie   ,   1    ,   0
'04, Afgan      , アフガニスタン, ¥Afg   ,   1    ,   0
'05, Khmer      , カンボジア   , ¥Khm   ,   1    ,   0
'xx,------------,-------------,--------,        ,------
'06, Malay      , マレーシア   , ¥Mly   ,  -1    ,   0
'07, Indonesian , インドネシア , ¥Idn   ,  -1    ,   0
'08, Mongolian  , モンゴル(蒙古), ¥Mon   ,  -1    ,   0
```

Flag

Thay đổi của chương/phần bất động sản
Changing of Chapter / section property
8.2 　章/節のプロパティ変更

Sao cặp ngôn ngữ
Copy language folder
1. 言語フォルダーのコピー

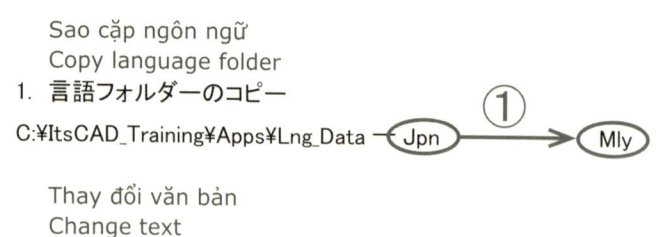

C:¥ItsCAD_Training¥Apps¥Lng_Data ─ (Jpn) ①──→ (Mly)

Thay đổi văn bản
Change text
2. テキストの変更

Mục tiêu
Target
ターゲット

C:¥ItsCAD_Training¥Lng_Data¥ ─ Mly

Ứng dụng dịch tự động văn bản
Text Automatic translation App
テキスト自動翻訳アプリ
C:¥LPOE_Translator¥Trans_Text ─ Text_TransVB.Exe

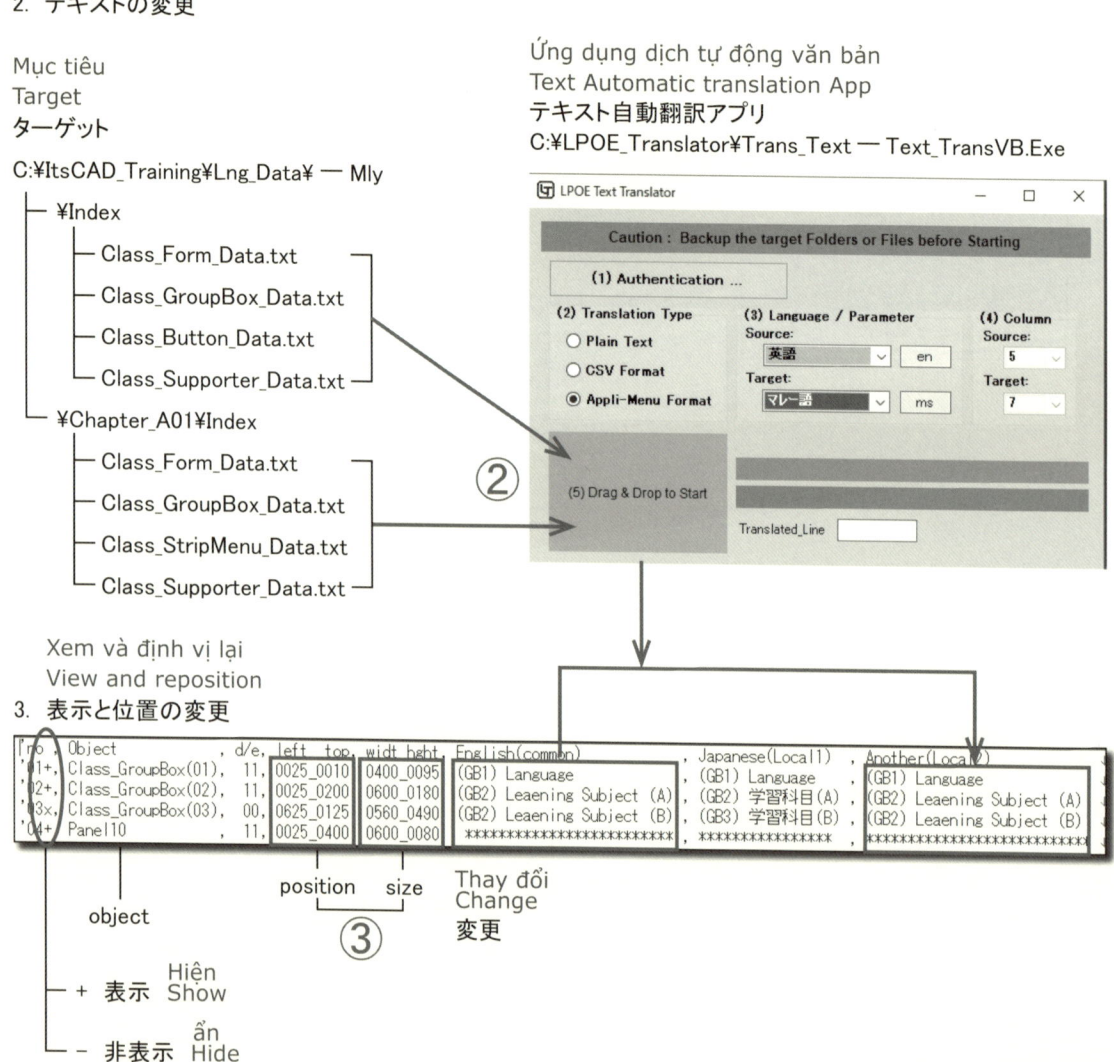

```
─ ¥Index
    ─ Class_Form_Data.txt
    ─ Class_GroupBox_Data.txt
    ─ Class_Button_Data.txt
    ─ Class_Supporter_Data.txt
─ ¥Chapter_A01¥Index
    ─ Class_Form_Data.txt
    ─ Class_GroupBox_Data.txt
    ─ Class_StripMenu_Data.txt
    ─ Class_Supporter_Data.txt
```

Xem và định vị lại
View and reposition
3. 表示と位置の変更

```
no   Object              , d/e, left_top, widt_hght, English(common)          , Japanese(Local1) , Another(Local2)
01+, Class_GroupBox(01), 11, 0025_0010, 0400_0095, (GB1) Language          , (GB1) Language   , (GB1) Language
02+, Class_GroupBox(02), 11, 0025_0200, 0600_0180, (GB2) Leaening Subject (A), (GB2) 学習科目(A), (GB2) Leaening Subject (A)
03x, Class_GroupBox(03), 00, 0625_0125, 0560_0490, (GB2) Leaening Subject (B), (GB3) 学習科目(B), (GB2) Leaening Subject (B)
04+, Panel10           , 11, 0025_0400, 0600_0080, ****************          , **************** , ****************
```

object　　　position　size　Thay đổi / Change / 変更

③

┌ + 表示 Hiện / Show
└ – 非表示 ẩn / Hide

Thay đổi của e-learning App mã
Changing of e-Learning App code

8.3　e-Learning アプリのソースコード変更

คุณต้องมีการเปลี่ยนแปลงก่อนหน้านี้สามรหัสแหล่งที่มา:
You must have three prior changes to the source code:

1. ソースコードの変更には、事前に次の3つが必要です。

ดาวน์โหลด Microsoft VisualStudio ชุมชน
Download Microsoft VisualStudio Community

（1）Microsoft VisualStudio Community のダウンロード

อ้าง อิง
Reference
参照

ダウンロード Visual Studio Community 2017 - Microsoft Imagine

vb2017 ขั้นตอนการเรียนรู้
vb2017 Step-up lessons

（2）VB2017 のステップアップレッスン

C:¥LPOE_VBLesson　　1VB_Form ⟶ 8VB_DrawFigure

การตรวจสอบโฟลเดอร์รหัส
Checking the Code folder

（3）コードフォルダの確認 ─── ┌ C:¥ItsCAD_Training
　　　　　　　　　　　　　　　├ C:¥LPOE_AGRXXX ─ ¥Apps
　　　　　　　　　　　　　　　└ C:¥LPOE_MthXXX

คุณต้องเปลี่ยนรหัสแหล่งที่มาเพื่อเพิ่มจำนวนของวัตถุ
You need to change the source code to increase the number of objects.

2. オブジェクト数の増加には、ソースコードの変更が必要です。

C:¥ItsCAD_Training ¥Apps ⟵ Target Folder

เริ่มแอป
Start the app

（1）アプリのスタート ─ ¥StartPrg ─ StartPrgVB.sln

เปลี่ยนการออกแบบ
Change Design
デザイン変更デザイン変更

เลือกเงื่อนไข
Select Terms

（2）項の選択 ─ ¥LessonPrg ─ LessonPrg.sln

เปลี่ยนรหัส
Change Code
コード変更
Private Sub Class_Object_Make()

สร้างและเชื่อมโยงโซลูชันทางคณิตศาสตร์และแอพลิเคชันการจำลอง
Create and link mathematical solution and simulation Apps.

3. 数値計算やシミュレーションアプリを作成し、リンクできます。

C:¥ItsCAD_Training¥Apps¥ClothoidProg ─ ClothoidPrg.sln

C:¥ItsCAD_Training¥Lng_Data¥Jpn¥Chapter_A03¥B ─ B4.itd

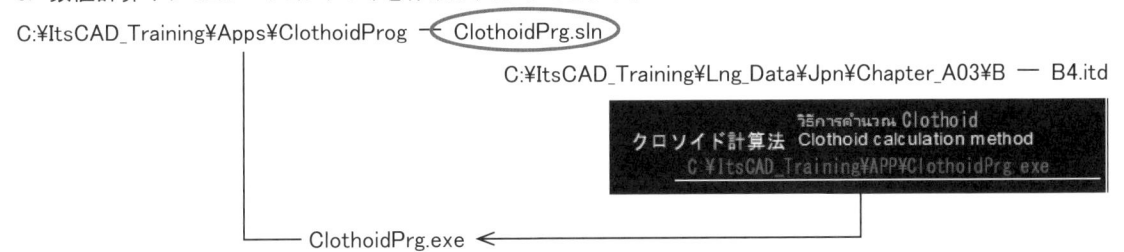

วิธีการคำนวณ Clothoid
クロソイド計算法　Clothoid calculation method
C:¥ItsCAD_Training¥APP¥ClothoidPrg.exe

─── ClothoidPrg.exe ⟵

Oral bản thảo của video hướng dẫn (ví dụ)
Oral manuscript of video guidance (example)

8.4　ビデオガイダンスの口述原稿（例）

Tài liệu đính kèm bên dưới là một ví dụ về tập lệnh bằng miệng của hướng dẫn bằng video được
soạn thảo bằng Văn băn CAD.
The attached document below is an example of oral script of video guidance prepared with CAD Text.
（1）以下に添付する資料は、CADテキストで作成したビデオガイダンスのの口述原稿の例です。

Văn bản này có thể được dịch sang Ngôn ngữ của mỗi quốc gia bằng ứng dụng dịch văn bản tự động CAD.
This text can be translated into Language of each country by CAD text automatic translation App.
（2）このテキストはCADテキスト自動翻訳アプリで各国の言語へ翻訳できます。

Vui lòng thay đổi nội dung của Văn bản một cách tự do.
Please change the contents of the Text freely.
（3）テキストの内容は自由に変更してください。

C:¥LPOE_Manual¥Install_General¥1_Boad ── 0_Trans_General.itd

Jpn / Eng

1. 多言語　Multilingual ── ┌ e-Learningアプリ e-Learning Applications
+
└ 自動翻訳 Automatic translation

Start　This iis a description of Multilingual Automatic translation and e-learning Apps that Proposed by LPOE (Learning partner for Overseas Engineer).
　　　海外技術者学習パートナー(Learning Partner for Overseas Engineer= LPOE)の多言語自動翻訳とe-Learningアプリの説明です。

1.　There are AI Text Translators of Microsot Azure and Google Cloud Platform on Net.
　　NET上に、Microsot Azure と Google Cloud Platform の AI Text Translator が有ります。

2.　As of 2017, the number of languages that can be translated is 64 languages by Microsoft and 102 languages by Google.
　　２０１７年現在、翻訳できる言語数はMicrosoft ６４言語とGoogle１０２言語です。

3.　"LPOE Translator" can automatically translate files of Microsoft Office, Text and CAD using shared translation keys.
　　"LPOE Translator" は共用の翻訳キーを利用してMicrosoft Office,TextおよびCAD のファイルを自動翻訳できます。

4.　The translation accuracy is about 80%. Therefore, it needs to be reviewed by overseas students.
　　翻訳精度は８０％程度です。　　従って　留学生による見直しが必要です。

5.　By using LPOE automatic translation, "Multi Language e-Learning" Apps in various fields can be made.
　　LPOEの自動翻訳を使って、様々な分野の "Multi Language e-Learning" アプリ を作成できます。

6.　The targets of LPOE "Multi Language e-Learning" Apps are students, technicians, interns and workers in the world.
　　LPOEの "Multi Language e-Learning" アプリ のターゲットは世界中の学生、技術者、実習生および労働者などです。

7.　By making video guidance for this App in multi lingual and upload it to Net video site, it is available to look all over the world.
　　この アプリのビデオガイダンスを多言語で作成し、NET動画にアップロードすれば世界中の人々が利用できるでしょう。

8.　Through these activities, the excellent knowledge and skills of each country will can be learned and shared around the world.
　　これらの活動によって、各国の優れた知識や技術を世界中で学習と共有ができるようになるでしょう。

C:¥LPOE_Manual¥Install_General¥1_Boad ── 1_Install_Key.itd

Jpn / Eng / Vie

1.　インストールと翻訳キー　Inslallation và dịch phím
Inslallation and Translation Key

Start　The description of the app installation and translation key.
　　　アプリのインストールと翻訳キーの説明です。

1.　Open the DVD please and look at the "¥read me_jap_eng.txt" and "¥0_video_guidance".
　　DVDを開いて、"¥Read me_Jap_Eng.txt" と "¥0_Video_Guidance" を見てください。

2.　Open the "ItsCAD_SetUp" folder and run the two installers.　　　The folder is created on the specified drive C or D.
　　ItsCAD_SetUp フォルダを開き　2つのインストーラーを実行します。　指定したCやDドライブにフォルダーが作成されます。

3.　Open the "LPOE_Setup" folder and run the two installers.
　　LPOE_Setup フォルダを開き　2つのインストーラーを実行します。

3.1　By "Office_addin.exe", add "Lpoe Translator" to the menu bar of Word, Exce and PowerPoint.
　　Office_AddIN.EXE で、Word Excel PowerPointのメニューバー に "LPOE Translator"を追加します。

3.2　By "LPOE_SetUp.msi", create "¥LPOE_translator" folder on the specified drive C or D.
　　LPOE_SetUp.msi で、指定ドライブ C や Dに "¥LPOE_Translator" フォルダを作成します。

4.　LPOE offers Microsoft and Google translation keys as shared key.
　　LPOE は Microsoft と Google の共用の翻訳キーを提供しています。

5.　To get MicroSoft and Google user accounts and translation keys, open this folder please.
　　MicroSoft と Google のユーザーアカウントと翻訳キー取得は、このフォルダーを開いてください。

6.　LPOE supports User to get translation key for free.
　　LPOE は翻訳キー取得を無償でサポートします。

(NPO) LPOE 無償サポート　Lpoe Free Support　Lpoe miễn phí suppor
(e-Mail)　japan.lpoe.net　　　(Tell)　03-3556-1760　/ Japan　　　81-3-3556-1760 / Overseas

Multi-lingual Itscad Setup
2. 多言語 ItsCAD のセットアップ Multilingual ItsCAD setup

This is the description of the "multilingual ItSCAD SetUp".
Start 多言語 ItsCAD セットアップの説明です。

1. Open "1_itscad_setup" on the DVD please, and check "1_max2setup.unicode.exe" and "2_itscad_datasetup.msi".
   DVD の "¥1_ItsCAD_SetUp" を開き、"1_MAX2Setup.Unicode.exe" と"2_ItsCAD_DataSetUp.msi"を確認します。

2. Run "1_max2setup.unicode.exe" to open the installation wizard.   Click "Agree".
   "1_MAX2Setup.Unicode.exe" を実行すると、インストールウィザードが開きます。   "同意" をクリックします。

2.1. "Itscad MAX2" folder is created on specified drive C or D.
     指定したドライブCまたはDに "ItsCAD MAX2"フォルダが生成されます。

2.2 Open the "Itscad MAX2" folder, and check "Itscad.exe" and 4 language files.
    "ItsCAD MAX2"フォルダを開き、"ItsCAD.exe"と4つの言語ファイルを確認します。

3. Run "2_itscad_datasetup.msi" to open the installation wizard.   Click Next.
   "2_ItsCAD_DataSetUp.msi" を実行すると、インストールウィザードが開きます。   "次へ" をクリックします。

3.1 "Itscad Data" folder is created on specified drive C or D.
    指定したドライブCまたはDに "ItsCAD Data"フォルダが生成されます。

3.2 Open "Itscad Data" folder, and check "Language_select.exe" and "Language_Mode" folders.
    "ItsCAD Data"フォルダを開き、"Language_Select.exe" と"Language_Mode"フォルダ内の言語フォルダを確認します。

3.3 Copy 4 language files of "\itscad_data\language_mode" folder into "Itscad MAX2" with "Language_select.exe".
    "¥ItsCAD_Data¥Language_Mode"フォルダ内の4つの言語ファイルを、"Language_Select.exe" で "ItsCAD MAX2" へコピーします。

---

3. "LPOE Translator" を Office へアドイン Add-in "LPOE Translation" into Office

This ia the Description of add-in "Lpoe Translator".
Start "LPOE Translator"のアドインの説明です。

1. Open "¥2_lpoe_setup" on the DVD, and start "1_office_addin.exe".   The installation App will be unpacked.
   DVD の "¥2_LPOE_SetUp" を開き、"1_Office_AddIN.exe" を起動します。   インストールアプリが解凍されます。

2. The screen display is different depending on the protection situation of the PC.
   PC の保護状況により、画面表示が異なります。

2.1. If protected, remove the protection temporarily.
     保護されている場合、一時的に保護を解除します。

2.2 The "Install Wizard" will appear.   Click Next.
    "Install Wizard" が表示されます。   "次へ" をクリックします。

3. When installation is finished, open Word, Excel, and PowerPoint.
   インストールが終了したら、Word, Excel, PowerPoint を開きます。

   "LPOE Translation" is setted in each menu bar.
   それぞれのメニューバーに "LPOE Translation" がセットされています。

4. The version of Office is from 2010 onwards.
   Officeのバージョンは、2010 以降です。

C:¥LPOE_Manual¥Install_General¥3_Talk_Text— 3_Office_Translation.itd

Jpn / Eng

3_1. "Microsoft Office" の自動翻訳

A description of Microsoft Office Word, Excel, and PowerPoint automatic translations.
Start　Microsoft Office の Word, Excel, PowerPoint の自動翻訳の説明です。

Activate "Word" layer in Layer box.
1. レイヤーボックスの"Word" レイヤー　をアクティブにします。

Open the target file, and click "LPOE Translation" of Menu bar --> Authentication --> Select language.
1. 1. ターゲットファイルを開き、"" メニューバーの"LPOE Translation" をクリック → 認証 →言語選択します。

As match as possible, Sentences are appropriate for each line.
1. 2 できる限り、文章は1行1文節が適切です。

"Word" has 2 type translations of "selection range" and "whole selection range" translation, drag the range and press "Selectio
1. 3 "Word"の翻訳には選択範囲と全体の2タイプがあります。　　選択範囲の翻訳では範囲をドラッグし、"Selection"を押します。

Then activate "Excel" layer.
2. 次に、"Excel" レイヤーをアクティブにします。

One or multi lines of text can be made in an "Excel" cell.
2. 1. "Excel"のセルには1行または複数行のテキストを作成できます。

"Excel" has 3 type translations of "column to column", "selected cells" and "whole sheets".
2. 2 "Excel"翻訳には列間、選択セルおよびシート全体の3タイプがあります。

For "column to column" translation, Select "A, B, C, ..." and press "Column".
2. 3 列間翻訳では、列(A.B.C.....)を選択後"Column"を押します。

Then activate "Powerpointl" layer.
3 次に、"PowerPoint" レイヤーをアクティブにします。

One or multi lines of text can be made in a "PowerPoint" cell as same as "Excel".
3. 1. "PowerPoint"のセルにも"Excel"と同様に1行または複数行のテキストを作成できます。

Before translating, Select the position of "Upper", "Lower", "Left", "Right" or "Hover".
3. 2 翻訳前に、位置 "Upper"、"Lower"、"Left"、"Right"、"Hover" の1つを選択します。

Select the target cell for translation, and press a Translate button.
3. 3 翻訳ターゲットのセルを選び、翻訳ボタンを押します。

C:¥LPOE_Manual¥Install_General¥1_Boad — 4_LPOE_SetUp.itd

Jpn / Eng

4. Install of "LPOE Translation"
「LPOE Translation」のインストール

This is a Description of LPOE_translator setup.
Start　LPOE_Translator のセットアップの説明です。

Open "¥2_lpoe_setup" on the DVD and run "2_lpoe_setup.msi".
1. DVD の "¥2_LPOE_SetUp" を開き、"2_LPOE_Setup.msi" を実行します。

Installation wizard will appear.　　Click "Next".
2. インストールウィザードが表示されます。　"次へ" をクリックします。

"LPOE_translator" folder is generated in the specified drive C or D.
指定したドライブCまたはDに "LPOE_Translator"フォルダが生成されます。

Open "¥LPOE_translator" folder and review the contents.
3 "¥LPOE_Translator"フォルダを開き、内容を確認します。

"¥Account_Google" and "¥Account Microsoft" folders are steps to get the translation keys.
3. 1 "¥Account_Google" と "¥Account Microsoft" フォルダは翻訳キーの取得手順です。

In "¥Trans_CAD" folder, there is a translation App "CAD_TransVB.exe" and examples.
3. 2 "¥Trans_CAD"フォルダ内には 翻訳アプリ"CAD_TransVB.exe" と例題があります。

In "¥Trans_text" folder, there is a translation App "Text_TransVB.exe" and examples.
3. 3 "¥Trans_Text"フォルダ内には翻訳アプリ "Text_TransVB.exe"と例題があります。

There are translation examples in "¥Trans_office" folder.
3. 4 "¥Trans_Office"フォルダ内には翻訳例題があります。

"Google_Translation_Key.txt" and "Microsoft_Translation_Key.txt" are shared translation keys provided by LPOE.
4. "Google_Translation_Key.txt" と "Microsoft_Translation_Key.txt" はLPOEが提供する共用の翻訳キーです。

4_1.テキストファイルの翻訳　Translation of Text File

This is Description of Text File automatic translation of "NotePad", "CSV", "Apps Menu".　Start "Text_transvb.exe" of the target folder.
Start　"NotePad", "CSV", "Apps Menu" の Text File 自動翻訳の説明です。　　　ターゲットフォルダーの"Text_TransVB.exe" を起動します。

Activate "NotePad" layer in Layer box.
1.　レイヤーボックスの"NotePad" レイヤー　をアクティブにします。

As match as possible, Sentences are appropriate for each line.
1. 1.　できる限り、文章は1行1文節が適切です。

Select Authentication--> language.　Drag and drop the target file into the "drop Zone" of Translation App.
1. 2　認証 → 言語選択します。　　　ターゲットファイルを 翻訳アプリの "Drop Zone" へ "Drag & Drop" します。

Output of translation is overwritten in the original file.　Therefore, Back up the original file in advance.
1. 3　翻訳結果は元のファイルへ上書きされます。　　　従って、事前にオリジナルファイルをバックアップしておきます。

Then activate the "CSV Format" layer.
2.　次に、"CSV Format " レイヤーを アクティブにします。

Select Translation language--> Select a column number.
2. 1.　翻訳言語選択 → 列番号選択します。

Drag and drop the target file into "Drop Zone" of Translation App.
2. 2　ターゲットファイルを 翻訳アプリの "Drop Zone" へ "Drag & Drop" します。

The comparison table for Japanese , English and other languages can be made.
2. 3　専門用語の日本語、英語および他言語の比較表を作成できます。

Then activate "Appli menu_format" layer.
3　次に、"Appli Menu_Format" レイヤーを アクティブにします。

Language Data are 5 column (Eng), 6 (Jpn) and 7 (others).　The translation columns are from 5 (English) to 7 (others).
3. 1.　言語の列、5列(英語)、6列(日本語)、7列(他言語)です。　　　翻訳列は、5列(英語)から7列(他言語)です。

Drag and drop the target file into "Drop Zone" of Translation App.
3. 2　ターゲットファイル を 翻訳アプリの "Drop Zone" へ "Drag & Drop" します。

With this menu,　The App will be available in multiple languages.
3. 3　このメニューファイルで、アプリが多言語で使用できるように成ります。

4_2.　CADファイルの翻訳　Translation of CAD File

C:¥LPOE_Translator¥Trans_CAD ―

This is Description of Text automatic translation of "CAD file" and "CAD Menu File".　Start "Cad_transvb.exe" of target folder.
Start　"CAD File" と "CAD Menu File" の Text 自動翻訳の説明です。　　　ターゲットフォルダーの"CAD_TransVB.exe" を起動します。

Activates "CAD Text" layer of the Layer box.
1.　レイヤーボックスの"CAD Text" レイヤー　をアクティブにします。

Select Authentication--> language--> position.　Drag and drop the target file to "drop Zone" in Translation App.
1. 1.　認証 → 言語選択 →ポジション選択 します。　ターゲットファイルを 翻訳アプリの "Drop Zone" へ "Drag & Drop" します。

The result of translation is output into "XXX" layer pre-setted .
1. 2　翻訳結果は 事前にセットされた"xxx" レイヤーに出力されます。

Rename "XXX" layer as Language name (Tha, Vie,..) .
1. 3　"xxx" レイヤー名を翻訳言語名(Tha, Vie, ..)へ変更します。

The translated file name will be appended with "+翻訳".　Change the name to the original file name.
1. 4　翻訳されたファイル名に　"＋翻訳" が付加されます。　　　元のファイル名へ名前を変更します。

Then activate "CSV Format" layer.
2.　次に、"CSV Format " レイヤーを アクティブにします。

Select Authentication--> language.
2. 1.　認証 → 言語を選択 します。

Drag and drop 4 CADMenu files into "drop Zone" of Translation App.
2. 2　4つのCADメニューファイルを 翻訳アプリの "Drop Zone" へ "Drag & Drop" します。

Translation results are appended with "+翻訳".　Change the name to the original file name.
2. 3　翻訳結果は　"＋翻訳" が付加されます。　　　元のファイル名へ名前えお変更します。

5. CAD Text の多言語化

Start　CAD Text の多言語化の説明です。

　1.　例題のターゲットファイルは　"5_CAD_Text_Trans.itd" です

　2.　オリジナルの文章は "Jpn" レイヤーに日本語(母国語)で作成します。

　　　オリジナル テキスト は1行または複数行タイプで作成できます。

　3　初回の翻訳は、日本語から英語です。　　　　翻訳位置を指定し、"CAD_TransVB.Exe" へドロップインします。。

　　　翻訳ファイル名に "+翻訳" が付加されます。　　翻訳結果は "Eng" レイヤーに入ります。

　　　翻訳された英文を見直します。　　　　　　見直しは最も重要です。

　4.　次回以降は、英語から他言語へ翻訳します。　　　結果翻訳"xxx"レイヤに入ります。

　　　"xxx" レイヤを翻訳言語名へ変更します。　　　　"xxx" ──→ "Tha"

　　　各言語レイヤーのアイコンを左クリックすれば、表示 を ON / OFF できます。

- -

(NPO) LPOE 無償サポート

(e-Mail)　japan.lpoe.net　　(Tell)　03-3556-1760　/ Japan　　81-3-3556-1760 / Overseas

---

6. Video ガイダンスの作成 Create Video Guidance

Start　This is Description of video guidance creation procedure.
　　　Videoガイダンス作成手順の説明です。

　1.　To create Video guidance, use "Screen live capture" App and "Hyperlink" command.
　　　ビデオガイダンス作成には、"スクリーンライブキャプチャー" アプリ と "ハイパーリンク"コマンドを使用します。

　2.　The production procedure of Video guidance with "Screen live capture" is as follows.
　　　スクリーンライブキャプチャー によるビデオ作製手順は以下の通りです。

　(1)　With the Panel of Controller, Set screen capture range and interval of capture times.
　　　コントローラーの操作パネルで、スクリーンのキャプチャー範囲と回数を設定します。

　(2)　Press "Start button" to record Screen and Voice of the guidance.
　　　開始ボタンを押し、ガイダンスの録画と録音を行います。

　(3)　Press "Finish button" to save the video data into temporary file.
　　　終了ボタンを押し、ビデオデータを一時的なファイルに保存します。

　(4)　Rename the temporary file and save it into e-Learning App folder.
　　　一時的なファイルの名前を変更し、e-Learningアプリのフォルダへ保存します。

　3.　The procedure of Hyperlink is as follows:
　　　ハイパーリンクの手順は以下の通りです。

　(1)　Click on the "Hyper Link icon".　　　　　Select a guidance Language (link object) and right-click.
　　　"ハイパーリンクアイコン" をクリックします。　ガイダンス言語(リンクオブジェクト)を選択し、右クリックします。

　(2)　In the dialog box, Select "File Reference (F)" and press "select" button.
　　　ダイアログボックスで "ファイル参照(F)" を選択し、"選択" ボタンを押します。

　(3)　Open the target folder, Select the video guidance file, and press "open".
　　　ターゲットフォルダを開き、ビデオガイダンスファイルを選択し "開く" を押します。

　(4)　Click on " Move mode icon (hand mark)" and select the guidance language.　The guidance Video will start.
　　　移動モードアイコン(手マーク) をクリックし、ガイダンス言語を選択します。　ガイダンスビデオがスタートします。

世界を結ぶ多言語自動翻訳アプリ

2018 年 10 月 10 日　初版発行

著　者　窪田 征八郎
　　　　特定非営利活動法人 海外技術者学習パートナー
発行者　田中壽美
発行所　インデックス出版
　　　　mail：info@index-press.co.jp
　　　　〒 191-0032　東京都日野市三沢 1-34-15
　　　　TEL　(042)595-9102
　　　　FAX (042)595-9103
　　　　URL　https://www.index-press.co.jp/

ISBN978-4-901092-94-4　　Printed in Japan